ഹിമശൈല സൈകതഭൂമി

himasaila saikathabhoomi

•

s p suresh

•

first edition
march 2011

•

second edition
may 2014

•

typesetting & published
chintha publishers, thiruvananthapuram

•

printed at
Repro India Ltd, Mumbai.

•

cover
black mole

•

price
rupees eighty five only

വിതരണം

ദേശാഭിമാനി ബുക്ക് ഹൗസ്

H O തിരുവനന്തപുരം–695 035
phone: 0471-2303026, 6063026
www.chinthapublishers.com
chinthapublishers@gmail.com

ബ്രാഞ്ചുകൾ

ഹെഡ്ഡാഫീസ് ബ്രാഞ്ച് കുന്നുകുഴി • സ്റ്റാച്യു തിരുവനന്തപുരം • കെ എസ് ആർ ടി സി ബസ് സ്റ്റേഷൻ ആലപ്പുഴ • കെ എസ് ആർ ടി സി ബസ് സ്റ്റേഷൻ എറണാകുളം • മച്ചിങ്ങൽ ലെയ്ൻ തൃശൂർ • ഐ ജി റോഡ് കോഴിക്കോട് • മാവൂർ റോഡ് കോഴിക്കോട് • എൻ ജി ഒ യൂണിയൻ ബിൽഡിങ് കണ്ണൂർ • സെൻട്രൽ ബസ് ടെർമിനൽ കോംപ്ലക്സ് താവക്കര കണ്ണൂർ

CR - VV.88 / 1380 / 3472

ഹിമശൈല സൈകതഭൂമി

എസ് പി സുരേഷ്

ചിന്ത പബ്ലിഷേഴ്സ്
തിരുവനന്തപുരം-695 035
വില : ₹ 85

എസ് പി സുരേഷ്

1968 ൽ എളവൂരിൽ ജനനം. പിതാവ്: പരമേശ്വരവാര്യർ. മാതാവ്: എസ് എസ് രാധ.

ഇക്കണോമിക്സിൽ ബിരുദവും ഇംഗ്ലീഷ് സാഹിത്യത്തിൽ ബിരുദാനന്തര ബിരുദവും. ജേർണലിസത്തിൽ പി ജി ഡിപ്ലോമ. *ലേബർ ഇന്ത്യ*യിൽ സബ് എഡിറ്ററായും ആകാശവാണി തൃശൂർ, കൊച്ചി നിലയങ്ങളിൽ കാഷ്വൽ അനൗൺസറുമായി സേവനമനുഷ്ഠിച്ചിട്ടുണ്ട്.

ആലീസ് അത്ഭുതലോകത്തിൽ, സ്കൂൾബസ് (5 സീരീസ്) *ബ്രിട്ടാനിക്ക എൻസൈക്ലോപീഡിയ* എന്നിവ പരിഭാഷപ്പെടുത്തി.

ആനുകാലികങ്ങളിൽ കവിതകളും ലേഖനങ്ങളും എഴുതുന്നു. ഓഡിയോ സിഡികൾക്ക് ഗാനരചന നിർവഹിച്ചിട്ടുണ്ട്.

ഭാര്യ : അനിത കെ കെ

മക്കൾ : ശ്രീഹരി, ഹരിപ്രിയ

വിലാസം : ശ്രീകണ്ഠേശ്വരത്ത്
എളവൂർ
അങ്കമാലി

ഉള്ളടക്കം

നാന്ദി

ഹിമാലയം പർവതരാജനാണ്. സൗന്ദര്യത്തിന്റെ നിറവാണ്. അത്ഭുതങ്ങളുടെ കലവറയാണ്. ആധ്യാത്മികതയുടെ മഹോന്നത ശൃംഗമാണ്. ഒരുപാടു രാഷ്ട്രങ്ങളുടെ പൗരാണികതയും വർത്തമാനവുമായി ഇഴചേർന്നു കിടക്കുന്ന സങ്കൽപ്പവും യാഥാർഥ്യവുമാണ്. ലോകത്തിന്റെ തന്നെ മേൽക്കൂരയാണ്.

ഹിമാലയത്തിന്റെ മാത്രമായ ഈ സവിശേഷതകളെ തേടിയുള്ള ഒരു യാത്രയാണ് ഈ ചെറിയ പുസ്തകം. പല കാലങ്ങളിൽ പലരായി അനുഭവങ്ങളിലൂടെ ആർജിച്ച അറിവുകളിൽ നിന്നാണ് ഇത്തിരിപ്പോന്ന ഈ കൃതിക്കുള്ള വിഭവങ്ങൾ സമാഹരിച്ചത്. പൂർവസൂരികളോടുള്ള ഹൃദയം നിറഞ്ഞ നന്ദിയും കടപ്പാടും ഇവിടെ കുറിക്കട്ടെ.

മഹത്തിലും മഹത്തായ ഈ പർവതമുത്തച്ഛന്റെ എല്ലാ സവിശേഷതകളും പകർത്താനായില്ല. ഒരിക്കലും അവസാനിക്കാത്ത അറിവിന്റെ അനുഭൂതികളുടെ ഈറ്റില്ലമായി ഹിമവാൻ ശിരസുയർത്തി നിൽക്കുന്നു. അവിടെ നിന്നു വളരെ അകലെ അണുവിലുമണുവായ ഞാനും നിൽക്കുന്നു.

സ്വീകരിക്കുക, ഹൃദയപൂർവം.

ഭാഗം 1

ഹിമാലയം എന്ന വിസ്മയം

1

വൈശിഷ്ട്യങ്ങളുടെ ഹിമാലയം

അപൂർവതകളാണ് ഹിമാലയത്തെ ആകർഷകമാക്കുന്നത്. ഈ അപൂർവതകൾ തന്നെയാണ് ഹിമാലയത്തെ ആരാധ്യവും ആദരവിനർഹ വുമാക്കുന്നത്. കടലിൽ നിന്നുയർന്നു കരയുടെ അധിപനായി മാറിയ ഹിമവാൻ സംസ്കാരത്തിന്റെ ചിഹ്നമാണ്. മതങ്ങളുടെ ഊർജവും ശക്തി സൗന്ദര്യങ്ങളുടെ മകുടവുമാണ്.

ആരെയാണ് ഹിമവാൻ ആകർഷിക്കാത്തത്! 2400 കിലോമീറ്റർ നീള മുള്ളതും, 24000 അടികൾക്കുമീതെ ഉയരമുള്ള 30 കൊടുമുടികളും മഞ്ഞു റഞ്ഞ മഹത്വവും മാത്രമല്ല ഹിമാലയം. വൈവിധ്യങ്ങളുടെ സംഘാത മാണിവിടം. ചിലയിടങ്ങൾ മഞ്ഞിൽ പൊതിഞ്ഞുകിടക്കുമ്പോൾ ചിലയി ടങ്ങൾ തരുലതാദികൾക്ക് ആഥിത്യമരുളുന്നു. ചില പ്രദേശങ്ങൾ അരു വികൾക്കും തടാകങ്ങൾക്കും വേദിയൊരുക്കുന്നു. ചതുപ്പു നിലങ്ങളുണ്ട്. കളിമണ്ണു കലർന്ന മണ്ണുണ്ട്. കണ്ടാമൃഗങ്ങളുണ്ട്. കടുവകളും ആനകളും പുള്ളിപ്പുലികളും മാനും കാട്ടുപോത്തുകളുമുണ്ട്. ചുരങ്ങളുണ്ട്, ഗുഹക ളുണ്ട്, ഹിമാനികളും താഴ്‌വരകളുമുണ്ട്. പർവതപാതകളുണ്ട്, ആരാധ നാലയങ്ങളുണ്ട്, പ്രയാഗകളുണ്ട്. ചെങ്കിസ്ഖാൻ തുടങ്ങിയവരുടെ ആക്ര മണങ്ങളിൽ നിന്ന് ഭാരതത്തിനിത് സംരക്ഷണം നൽകിയിട്ടുണ്ട്. സംസ്കാ രത്തിന്റെ ഈറ്റില്ലമായി വർത്തിച്ചിട്ടുണ്ട്. ഗോൺപകളും ബുദ്ധമതക്കാരും ഹിന്ദുമതസ്ഥരും ഇസ്ലാം വിശ്വാസികളും ക്രിസ്ത്യാനികളും ഇവിടെയു ണ്ട്. ശാന്തനിശ്ശബ്ദ സൗന്ദര്യം ഇവിടെയുണ്ട്. സൂര്യോദയത്തിന്റെ അരു ണിമയും സൂര്യാസ്തമയത്തിന്റെ നിറഭേദങ്ങളും ഹിമാലയത്തിലുണ്ട്. പ്രഭാതവും മധ്യാഹ്നവും അപരാഹ്നവും ഒന്നിനൊന്ന് വ്യത്യസ്തമാണി വിടെ. ഹിമാലയത്തെ ചന്ദനചർച്ചിതമാക്കുന്ന പൗർണമികൾ. പച്ച, നീല, വെളുപ്പ്, ചുവപ്പ്, മഞ്ഞ തുടങ്ങിയ വർണവൈവിധ്യങ്ങൾ. കവികൾക്കും

കലാകാരന്മാർക്കും തത്വചിന്തകർക്കും പ്രചോദനമേകുന്ന ഭൂമിക. ആത്മാന്വേഷികളുടെയും സത്യാന്വേഷികളുടെയും ആവാസസ്ഥലി. ഇതിഹാസപുരാണങ്ങൾക്ക് ചാരുതചാർത്തിയ പശ്ചാത്തലം. തീർഥാടകരുടെ പുണ്യഭൂമി. പർവതാരോഹകർക്ക് വെല്ലുവിളി. വിനോദസഞ്ചാരികൾക്ക് പറുദീസ. വിവിധ സംസ്കാരങ്ങളുടെ സംഗമഭൂമി. രഹസ്യങ്ങളുടെ കലവറ. പൂക്കളുടെ താഴ്വര. സന്ധ്യ എന്ന യോഗഭാഷ ഉപയോഗിക്കപ്പെടുന്ന ഏകസ്ഥലം. കാളിദാസന് ദേവതാത്മാവും *ഋഗ്വേദ*ത്തിന് ഹിമവാനും.

ഇതിന്റെ സൗന്ദര്യത്തെയും, ശ്രേഷ്ഠതയേയും കുറിച്ച് എഴുതാത്ത സഞ്ചാരികളില്ല. കിനൗർ, കിളിന്ദ്, കിരാതന്മാർ എന്നീ ഗോത്രവർഗങ്ങൾക്ക് ജീവസ്ഥലി. നീഗ്രോയ്ഡ്, മംഗ്ലോയ്ഡ്, ആര്യന്മാർ എന്നിവരുടെ അധിവാസകേന്ദ്രം. വ്യതിരിക്തമായ കാലാവസ്ഥ. പരമ്പരാഗതമായ വിശ്വാസങ്ങൾക്കും സാംസ്കാരിക പൈതൃകത്തിനും നിലപാടുതറ. കൃഷിയുടെയും കന്നുകാലി വളർത്തലിന്റെയും ഭൂമിക. മഴയും കൊടുങ്കാറ്റും ഹിമപാതവും മലയിടിച്ചിലും ഏതു നിമിഷവും ഇവിടെ സംഭവിക്കുന്നു. ആകാശഗോപുരമായി തലയുയർത്തി നിൽക്കുന്ന ഗൗരീശങ്കരമെന്ന എവറസ്റ്റ്. കടൽകാക്കകളുടെയും കടൽജീവികളുടെയും അവശിഷ്ടങ്ങൾ പുരാതന സ്മൃതിപോലെ കാത്തുസൂക്ഷിക്കുന്ന മഞ്ഞിന്റെ മാറിടങ്ങൾ. ഔന്നത്യങ്ങൾ കൊതിച്ച മാനവനുമുമ്പിൽ ശിരസ്സു താഴ്ത്തിക്കൊടുത്ത മഹാപർവതം. ഭാവനകൾക്കും വിശ്വാസങ്ങൾക്കും എന്നും കേദാരഭൂമി. സൂര്യോദയം 5 മണിക്ക്. സൂര്യാസ്തമയം 7 മണിക്ക്. വിരലറ്റുപോകുന്ന ഗതിവേഗമുള്ള നദികൾ. പാർവതിക്ക് സ്നേഹവാത്സല്യനിധിയായ പിതാവ്. ശിവന് ഇരിപ്പിടം. തപോധനന്മാർക്ക് മോക്ഷദായകം. അപ്സരസുകളുടെ സ്നാനഭൂമി. കർണന്റെ തപസ്ഥലിയും സംസ്കാരഭൂമിയും. ത്രിപുരാസുരന്മാരുമായുള്ള യുദ്ധത്തിൽ മഹാദേവന്റെ രഥചക്രത്തിന് കീലകം. സുബ്രഹ്മണ്യന്റെ ജന്മഭൂമി. ഹിമാലയം ദേവനാണ്, ദേവതുല്യമാണ്.

ഹിമാലയത്തിന്റെ രാജധാനിയായ നേപ്പാൾ ഈ പർവത മുത്തച്ഛന്റെ മടിത്തട്ടിലാണ്. ലോകത്തിലെ ഏറ്റവും ഉയരമുള്ള 14 ഗിരിശൃംഗങ്ങളിവിടെയാണ്. ഈ രാഷ്ട്രത്തിന്റെ നാലിൽ മൂന്നുഭാഗവും ഹിമാലയം പങ്കിട്ടെടുത്തിരിക്കുന്നു. ലോകത്തിലെ ഏറ്റവും ഉയരം കൂടിയ തിബറ്റൻ പീഠഭൂമി ഹിമാലയത്തിലാണ്. ലോകത്തിന്റെ യഥാർഥ മേൽക്കൂരയാണിവിടം. ബുദ്ധിസത്തിന്റെയും ലാമമാരുടെയും നാട്.

ഓർമയ്ക്കപ്പുറമുള്ള കാലം തൊട്ട് സന്യാസിമാർക്കും പണ്ഡിതന്മാർക്കും തത്വജ്ഞാനികൾക്കും തീർഥാടകർക്കും വിരുന്നൊരുക്കിയ ഭൂട്ടാൻ ഇവിടെയാണ്. വിജ്ഞാനത്തിന്റെ, പ്രചോദനങ്ങളുടെ, ഏകാന്തതയുടെ, പ്രഹർഷത്തിന്റെ നാടാണിത്. ആത്മീയ – സാംസ്കാരികപൈതൃകങ്ങളെ മണ്ണിലും മലകളിലും മനസുകളിലും കാത്തുസൂക്ഷിക്കുന്ന ഹൈമവതഭൂമി.

അമ്പരപ്പിക്കുന്ന അത്ഭുതങ്ങൾക്ക് ഹിമാലയം കൂടൊരുക്കുന്നു. മഞ്ഞുമനുഷ്യൻ അഥവാ യതി ഇവിടെയുണ്ടെന്ന് അനുഭവസാക്ഷ്യങ്ങളുണ്ട്. പർവതാരോഹകരിൽ ചിലർ ആ ഭീകരമനുഷ്യന്റെ കാൽപ്പാടുകൾ കണ്ടിട്ടുണ്ട്. ഫോട്ടോകൾ എടുത്തിട്ടുണ്ട്. ശരീരം രോമാവൃതമായ ഹിമമനുഷ്യൻ ഇന്നും ചോദ്യചിഹ്നമായി അവശേഷിക്കുന്നു. ചിലരിതിനെ ഹിമക്കരടിയെന്നു വിശേഷിപ്പിക്കുന്നുണ്ട്.

ബദരീനാഥിനു കിഴക്കുള്ള പൂക്കളുടെ താഴ്‌വര മറ്റൊരു അത്ഭുതമാണ്. ചമോലി ജില്ലയിൽ പ്രകൃതി ഒരുക്കിയ ഈ പൂന്തോപ്പ് പുഷ്പാവതി നദിക്കരയിലാണ്. വനകുസുമങ്ങളുടെ സമൃദ്ധിയും വർണ വൈവിധ്യവും ഇതുപോലെ ലോകത്ത് മറ്റൊരിടത്തുമില്ല. 1931ൽ യൂറോപ്പുകാരായ പർവതാരോഹകരാണ് വിസ്മയിപ്പിക്കുന്ന ഈ പൂന്തോപ്പിന് പൂക്കളുടെ താഴ്‌വര എന്നു നാമകരണം ചെയ്തത്. മെയ്, ജൂൺ മാസങ്ങളിൽ ഇവിടെ പൂക്കൾ വിടരാൻ തുടങ്ങും. ജൂലൈ – ആഗസ്റ്റ് മാസങ്ങളിൽ പുഷ്പഗന്ധസമൃദ്ധിയാണിവിടെ. സെപ്തംബർ മാസത്തോടെ പുഷ്പങ്ങൾ മറയാൻ തുടങ്ങും.

സർക്കാർ സംരക്ഷണയിലുള്ള ഈ താഴ്‌വര നന്ദാദേവി ബയോസ്ഫിയർ റിസർവിലുൾപ്പെടുത്തി ദേശീയോദ്യാനമാക്കിയിരിക്കുന്നു. 10 കിലോമീറ്റർ നീളവും 2 കിലോമീറ്റർ വീതിയുമുള്ള ഈ താഴ്‌വരയിലെ പൂക്കളുടെ മായാപ്രപഞ്ചം കണ്ടെത്തിയത് റിച്ചാർഡ് ഹോൾഡ്സ്‌വർത്തും ഫ്രാങ്ക്സ്മിത്തുമാണ്. എഡിൻബർഗ് ബൊട്ടാണിക്കൽ ഗാർഡന്റെ പ്രതിനിധികളായ ഇവരാണ് ഇതിനു പേരിട്ടതും *വാലി ഓഫ് ഫ്ളവേഴ്സ്* എന്ന പുസ്തകം രചിച്ചതും. യക്ഷികളുടെയും ഗന്ധർവന്മാരുടെയും സാന്നിധ്യമുണ്ടെന്നു വിശ്വസിക്കപ്പെടുന്ന ഈ താഴ്‌വരയ്ക്ക് ഭിയുന്ദർ താഴ്‌വര എന്നാണ് പ്രാദേശിക നാമം. ഒരേ ചെടിയുടെ വിവിധ ശാഖകളിൽ വിവിധ വർണങ്ങളിലും ഗന്ധങ്ങളിലുമുള്ള പൂക്കൾ വിരിയുന്നതിവിടെ കാണാം. 1939 ൽ ജോൺ മാർഗരറ്റ് ലഗ്ഗർ എന്ന വനിത ഈ പൂന്തോട്ടം കാണാനെത്തി. കണ്ടു മതിവരാതെ വീണ്ടും അവരെത്തിയപ്പോൾ ഹിമാലയത്തിന്റെ ആഴങ്ങളിലേക്ക് കാലിടറി വീണ് അവർ അന്ത്യയാത്രയായി. ബാമിനീധർ എന്നും ഈ താഴ്‌വര വിളിക്കപ്പെടാറുണ്ട്. 12000 അടി ഉയരത്തിൽ കേദാർ പ്രദേശത്തെ സപ്തർഷി ശൃംഗത്തിലാണ് പൂക്കളുടെ ഈ അനുപമ താഴ്‌വര.

മനുഷ്യരാശിയെ തുണയ്ക്കാൻ ഭൂമിയിലേക്കു തിരിച്ച സിഖ്ഗുരു ഗുരുഗോവിന്ദ്സിങ് തപം ചെയ്ത പുണ്യഭൂമിയാണ് ഹേമകുണ്ഡ് സാഹിബ്. ഇവിടെ ഗുരുദ്വാരയുണ്ട്. ഇവിടെയുള്ള ഘംഗാറിയിൽ നിന്നാണ് ലക്ഷ്മൺഗംഗയുടെ ഉത്ഭവം. ഹേമകുണ്ഡ് നീലജലാശയത്തിനരുകിലാണ് ലക്ഷ്മണൻ തപസനുഷ്ഠിച്ചത്. പാണ്ഡവ പിതാവായ പാണ്ഡുവും തപസ്സു ചെയ്ത സ്ഥലമാണിത്.

രക്ത നിറമുള്ള നദിയും, കനത്ത മഞ്ഞിന്റെ മരവിപ്പിലും നിറഞ്ഞ ചൂടുപകരുന്ന ഉഷ്ണജല പ്രവാഹങ്ങളും, മനുഷ്യരുടെയും കുതിരകളു

ടെയും അസ്ഥികൂടങ്ങളെ മാറോടുചേർത്ത രൂപ്കുണ്ഡും, കൊടുംതണുപ്പിലും അൽപ്പവസ്ത്രധാരികളായി ജീവിതമെന്ന തീർത്ഥാടനത്തിൽ മുഴുകിയ യോഗിമാരും സന്യാസിമാരും ഹിമാലയത്തിലെ അസാധാരണ വൈചിത്ര്യങ്ങളാണ്. ഭൂമിയിൽ മറ്റെവിടെയാണ് ഇത്രയധികം ധന്യതയും വൈവിധ്യങ്ങളുമുള്ളത്. കേവലമൊരു മഞ്ഞുമലയ്ക്കപ്പുറം ഹിമാലയം ഒരനിർവചനീയതയാണ്. യുഗങ്ങളിൽ നിന്ന് യുഗങ്ങളിലേക്ക്, തലമുറകളിൽ നിന്ന് തലമുറകളിലേക്ക്, ദേശദേശാന്തരങ്ങളിലേക്ക് പരന്നൊഴുകുന്ന, പടർന്നു കയറുന്ന മഹാ ഊർജപ്രവാഹമാണ്. അറിയുന്തോറും അറിവിനപ്പുറം നിൽക്കുന്ന പൂർണതയാണ്.

സ്വാർഥനും അഹങ്കാരിയുമായ മനുഷ്യൻ ഈ മഹത്വത്തെ കണ്ടറിഞ്ഞിട്ടും തൊട്ടറിഞ്ഞിട്ടും ഇനിയും വിനയം കൈവരിക്കാതെ, അനുദിനം വിശ്വപ്രകൃതിയുടെ ഈ മഹാഗോപുരത്തിന്റെ ആണിക്കല്ലുകൾ ഇളക്കിക്കൊണ്ടിരിക്കുകയാണ്. മരങ്ങളിവിടെ അറുത്തു വീഴ്ത്തപ്പെടുന്നു. പുൽമേടുകളും അപൂർവയിനം സസ്യലതാദികളുമടങ്ങിയ ഹരിതാഭ നിരന്തരമായ ആക്രമണങ്ങൾക്കു വിധേയമാകുന്നു. ഹിമാലയം മാലിന്യങ്ങളുടെ കൂമ്പാരമാകുന്നു. പ്ലാസ്റ്റിക്കിന്റെ മറ്റൊരു ആലയമായി മാറുകയാണിത്. ഹിമാലയത്തിന്റെ തകർച്ച അതിന്റെ ജൈവവൈവിധ്യത്തെ സാംസ്കാരികധാരകളെ, ജലപാതങ്ങളെ, ജനപഥങ്ങളെ തകർത്തുകളയും. മേഘങ്ങളെ തടഞ്ഞുനിർത്തി പിന്നെയാരാണ് മഴപെയ്യിക്കുക? നദികൾക്ക് ആര് ഒഴുക്കു നൽകും? നിരവധി ചെറുപ്രാണികൾതൊട്ട് മനുഷ്യൻ വരെയുള്ള ജീവജാലങ്ങൾക്ക് ജലമെവിടെന്നു കിട്ടും? പടിഞ്ഞാറൻ ശൈത്യത്തിനു കടന്നുവരാനാകാത്തവിധം ആരു കോട്ടകെട്ടും? ഭൂമിയുടെ ഈ ഉദാത്തഭാവനയെ, സൗന്ദര്യസത്യത്തെ നമുക്കു നിലനിർത്തേണ്ടേ......

2

സാഹസികതയുടെ സഹസ്രദലങ്ങൾ

ചിറകുകളില്ലെങ്കിലും പറക്കുവാൻ മോഹിച്ചവനാണ് മനുഷ്യൻ. അമ്പിളിയമ്മാവനും ഗ്രഹങ്ങളും നക്ഷത്രങ്ങളും എന്നപോലെ പർവത ങ്ങളും മനുഷ്യ സാന്നിധ്യത്തെ നിരന്തരം മാടിവിളിച്ചിട്ടുണ്ട്. ആ വിളി കേട്ടവർ അനവധിയുണ്ടെങ്കിലും ഇറങ്ങിപ്പുറപ്പെട്ടവർ കുറച്ചേയുള്ളൂ. അതിൽതന്നെ, വിജയം വരിച്ചവരാകട്ടെ വളരെക്കുറവും.

പർവതാരോഹണത്തിൽ മനുഷ്യന് വലിയ വെല്ലുവിളി ഉയർത്തിയിട്ടുള്ളത് ഹിമാലയമാണ്. ഉയരവും ഹിമസാന്നിധ്യവും കുത്തനെയുള്ള കയറ്റങ്ങളും മലയിടിച്ചിലും തുടങ്ങി ഒട്ടേറെ പ്രതിബന്ധങ്ങൾ. എന്നിട്ടും മാനവന്റെ ഇച്ഛാശക്തി എല്ലാ പ്രതിബന്ധങ്ങളെയും അതിജീവിച്ച്, ചന്ദ്രനെയെന്നപോലെ ഹിമവാനെയും തന്റെ സാന്നിധ്യമറിയിച്ചു.

ആയിരക്കണക്കിനു വർഷങ്ങൾക്കു മുമ്പേ മനുഷ്യൻ ഈ ഗിരിശൃംഗങ്ങളിൽ എത്തിച്ചേർന്നിട്ടുണ്ട്. അപകടങ്ങൾക്കിടയിലും ഹിമാലയം പകരുന്ന സ്വച്ഛശാന്തതയും ഹിമവാന്റെ ശ്രേഷ്ഠതയും അനുഭവിച്ചറിഞ്ഞിട്ടുണ്ട്. ചരിത്രാതീതകാലത്തു നിന്നു കൈമാറ്റം ചെയ്യപ്പെട്ട വേദേതിഹാസങ്ങളിലും ഉപനിഷത്തുകളിലും ഹിമാലയത്തിന്റെ ഉള്ളറകളെക്കുറിച്ചുള്ള വിവരങ്ങളുണ്ട്. ഓരോ പർവതത്തിനും ഹിമാലയപ്രാന്ത നിവാസികൾ പേരും നൽകിയിട്ടുണ്ട്. എന്നാൽ കാലത്തിന്റെ കലണ്ടറിൽ അവയുടെ സമയം വ്യക്തമാക്കാത്തതിനാൽ, ചരിത്രകാലം തൊട്ടുള്ള ശ്രമങ്ങളാണ് പലപ്പോഴും നാം പരിഗണിക്കുന്നത്. അതിൽതന്നെ, പ്രത്യേകിച്ചും 19-ാം നൂറ്റാണ്ടു മുതൽ.

ഹിമാലയയാത്ര അതിസാഹസികമാണ്. ഒട്ടേറെ ഘടകങ്ങളുടെ ആനുകൂല്യം ലഭിക്കുമ്പോഴേ വിജയപ്രദമായി ഈ യാത്ര പൂർത്തീകരിക്കാനാകൂ. അല്ലാത്തപക്ഷം പലപ്പോഴും തിരിച്ചിറങ്ങേണ്ടതായിവരും. ജീവഹാനി സംഭവിക്കും. ഇവയിലേറ്റവും പ്രധാനം യാത്രയ്ക്കായി തിര

ഞ്ഞെടുക്കുന്ന കാലമാണ്. അതിശൈത്യത്തിലും മഴയിലുമുള്ള യാത്ര അപകടകാരിയാണ്. മെയ്, ജൂൺ, ജൂലൈ മാസങ്ങളാണ് ഏറ്റവും അനുയോജ്യം. എങ്കിൽതന്നേയും ഹിമാലയത്തിലെ കാലാവസ്ഥ പ്രവചനാതീതമാണ്. ഏതുനിമിഷവും എന്തും സംഭവിച്ചെന്നിരിക്കും. മരവിപ്പിക്കുന്ന തണുപ്പ് ഉയരങ്ങളിൽവച്ച് മരണത്തിലേക്ക് നയിച്ചേക്കാം. അപ്രതീക്ഷിതമായി വരുന്ന ശക്തമായ കാറ്റുകൾ ഹിമഭൂമിയിൽനിന്ന് യാത്രികനെ പറത്തി ദൂരെ എറിഞ്ഞെന്നുവരാം. ഓർക്കാപ്പുറത്തുള്ള ഹിമപാതമോ മലയിടിച്ചിലോ ഒരിക്കലും തിരിച്ചുവരാനാകാത്ത ആഴങ്ങളിലേക്ക് ആരോഹകരെ എടുത്തെറിഞ്ഞേക്കാം.

മറ്റൊന്ന്, മാറി വരുന്ന സാഹചര്യങ്ങളോട് പൊരുത്തപ്പെടാനുള്ള മനുഷ്യന്റെ കഴിവിനെ ആശ്രയിച്ചാണ്. സുഖശീതോഷ്ണ ജീവിതം നയിച്ചവർ, ഹിമാലയത്തിലെത്തുമ്പോൾ മനസുകൊണ്ടും ശരീരംകൊണ്ടും മലനിരകളുമായി പൊരുത്തപ്പെടണം. പ്രകൃതിയുടെ തീവ്രതരമായ സവിശേഷതകളുമായി ഒത്തുപ്പോകണം. അതിന് ആരോഗ്യം അത്യന്താപേക്ഷിതമാണ്. അതിലേറെ ഇച്ഛാശക്തിയും ഉറവ വറ്റാത്ത ഊർജവും ആവശ്യമാണ്.

16000 അടിക്കപ്പുറം മാത്രമുള്ള ആൽപ്സ് പർവതം കയറാനാകില്ലെന്നു നിനച്ചവനായിരുന്നു മനുഷ്യൻ. പിന്നീടു കരുതി 25000 അടിക്കപ്പുറത്തേക്കുള്ള ആരോഹണം അസാധ്യമാണെന്ന്. ഒടുവിൽ 29027 അടി ഉയരമുള്ള എവറസ്റ്റിന്റെ മുകളിൽ മാനവനെത്തിച്ചേർന്നു. ചന്ദ്രനിലേക്കുള്ള യാത്രയിൽ ശാസ്ത്ര–സാങ്കേതിക ഉപകരണങ്ങളുടെ സഹായം മനുഷ്യനുണ്ട്. ഹിമാലയത്തിലേക്കുള്ള യാത്രയിലുള്ളത് മനസും ശരീരവും അത്യാവശ്യം വേണ്ട സംഗതികളും മാത്രം. ഭൂമിയിലിരുന്ന് ആർക്കും ആ യാത്രാപഥത്തെ നിയന്ത്രിക്കാനാകില്ല; ആർക്കും സുരക്ഷിതത്വം ഉറപ്പാക്കാനുമാകില്ല.

പുതിയ സാഹചര്യങ്ങളുമായി പൊരുത്തപ്പെടുമ്പോൾതന്നെ അധികനാൾ പൊരുത്തപ്പെടൽ നിലനിൽക്കില്ല. പലപ്പോഴും ശരീരവും മനസും പ്രതിപ്രവർത്തിക്കാൻ തുടങ്ങും. തലവേദന, മാനസികോല്ലാസരാഹിത്യം, ഊർജക്ഷയം എന്നിവയെല്ലാം അനുഭവപ്പെട്ടു തുടങ്ങുന്നു. ഉത്തുംഗതയോടടുക്കുന്തോറും തളർച്ച കൂടിക്കൂടിവരും. ദുർഘടങ്ങളായ പാതകൾ കൈപിടിച്ചു കയറാനോ, കാലുറപ്പിക്കാനോ ആകാത്ത കുത്തനെയുള്ള ചെരിവുകൾ, ഏകാന്തതയും നിശ്ശബ്ദതയും, ചോർന്നുപോകാവുന്ന ഇച്ഛാശക്തി, മരണത്തെ മുഖാമുഖം കാണുമ്പോഴുണ്ടാകുന്ന ഭയം........ ഇങ്ങനെ എല്ലാത്തിനേയും ആരോഹണത്തിൽ അതിജീവിക്കേണ്ടിയിരിക്കുന്നു.

യാത്രയിൽ അധികഭാരം ചുമലിലേറ്ററുത്. ശ്വസനം വളരെ ബുദ്ധിമുട്ടാകുമ്പോൾ മാത്രം ഉപയോഗിക്കാനുള്ള ഓക്സിജൻ മാത്രമേ കൂടെ കരുതാവൂ. താവളങ്ങളിൽ വേണ്ടത്ര വിശ്രമം എടുത്തിട്ടു വേണം യാത്ര തുടരാൻ. സഹയാത്രികനായി ഹിമാലയ പ്രദേശത്തുള്ള ഒരു പോർട്ടറെ കൂടെ കൊണ്ടുപോകുന്നതും ഗുണകരമാണ്. പർവതത്തിന്റെ സ്വഭാവവും

രീതികളും ഊർജവും അയാളിലുണ്ടാകും. മാത്രമല്ല, ഉന്നതങ്ങളിലെ നോക്കെത്താത്ത ഹിമവിതാനത്തിലെ ഭയപ്പെടുത്തുന്ന നിശ്ശബ്ദതയിൽ അയാളുടെ സാന്നിധ്യം ആശ്വാസം പകരും. അമിത പ്രതീക്ഷയോ അശുഭാപ്തി വിശ്വാസമോ ഗുണം ചെയ്യില്ല. ഇത് മനസ്സ് പദാർഥത്തെ കീഴടക്കുന്ന പ്രവൃത്തിയാണ്. മനുഷ്യൻ വേർതിരിച്ചെടുത്ത തന്മാത്രയിൽ നിന്നു വിഭിന്നമായി, പ്രകൃതി അവന്റെ മനസിനുമുമ്പിൽ ഉയർത്തിയ മഹാപർവതമാണ്. പരീക്ഷണശാലയുടെ അകത്തളമല്ലിത്. വിശ്വപ്രകൃതിയുടെ ശിരസാണ്. ധൈര്യം, ക്ഷമ, സഹനശക്തി, പാടവം, എല്ലാത്തിനുമുപരി മാനവനിലുള്ള വിശ്വാസവും ഈ വിജയത്തിന് അനുപേക്ഷണീയമാണ്. യാത്രപോയ ചിലർ തിരികെ വരാനാകാത്തവിധം മഞ്ഞുപ്പാളികൾക്കിടയിൽപ്പെട്ടുപോയിട്ടുണ്ട്. ചിലരുടെ മൃതദേഹങ്ങൾ വർഷങ്ങൾക്കുശേഷം കണ്ടെത്തിയിട്ടുണ്ട്. മറ്റു ചിലർക്ക് എന്തു സംഭവിച്ചു എന്നുപോലും അറിവില്ല.

ഏതായാലും, പ്രതികൂല സാഹചര്യങ്ങളോടുള്ള മനുഷ്യന്റെ നിരന്തര സമരവും സഹകരണവുമാണ് മാനവ പുരോഗതിയുടെ ഇന്നോളമുള്ള ചരിത്രരേഖ തെളിയിക്കുന്നത്. പരിണാമത്തിന്റെ ഇങ്ങേയറ്റത്തെ കണ്ണിയാകാനും അതിജീവനത്തിനുതകുന്നവനാകാനും മനുഷ്യനെ സഹായിച്ചത് അവന്റെ കൈക്കരുത്തും മനക്കരുത്തുമാണ്. മനുഷ്യനിലെ അനന്തമായ ഊർജസംഭരണിയെ ഇതു തുറന്നുവിടുന്നു. ഇതവന്റെ അന്തഃസത്തയെ ഉണർത്തുന്നു. ലക്ഷ്യത്തേക്കാളുപരി പോരാട്ടംതന്നെ കൂടുതൽ വിലപ്പെട്ടതാകുന്നു. വിജയിച്ചാൽ ആദരവും പ്രസിദ്ധിയും ലഭിക്കും. പരാജിതനായാൽ ആ അനുഭവങ്ങളുടെ ചുവടുപിടിച്ചു പിറകേ വരുന്നവർക്ക് നടക്കാൻ പ്രചോദനമേകും.

ഹിമാലയ യാത്രയിൽ സുഖിക്കാനാകില്ല. അനായാസത അനുഭവപ്പെടില്ല. ലോകത്തെ വെട്ടിപ്പിടിക്കാനുള്ള ധനമോ അധികാരമോ ലഭിക്കില്ല. ഈ യാത്ര തികച്ചും ക്ലേശപൂർണമാണ്. എന്നിട്ടും മനുഷ്യരെന്തിനു ഇറങ്ങിപ്പുറപ്പെടുന്നു? കാരണം പലതാണ്. സാഹസികതയോടുള്ള ആഭിമുഖ്യം, തന്നിലും വലുതായ ഒന്നിനെ അറിയാനുള്ള വാഞ്ഛ, അവനവനെക്കുറിച്ചുള്ള ജ്ഞാനത്തിനുള്ള ഒരുക്കം. താൻ ആരെന്നു സ്വയം തിരിച്ചറിയപ്പെടുന്നു. വിശ്വപ്രകൃതിയിൽ തന്റെ സ്ഥാനമെന്തെന്ന് അടയാളപ്പെടുത്തുന്നു. മനസിലെ അഹങ്കാരത്തിന്റെ മഞ്ഞുമലകളൊന്നൊന്നായി അനന്തതയുടെ സൂര്യപ്രകാശമേറ്റ് വിനയത്തിന്റെ തെളിനീരുറവയാകുന്നു. ജീവിതക്കാഴ്ചകളെ, ദർശനങ്ങളെ മാറ്റിമറിക്കുന്നു. ജീവിതം ഭാരരഹിതമാകുന്നു. ജീവിതം മഹാഭാഗ്യമെന്ന് തിരിച്ചറിയപ്പെടുന്നു.

അപ്പോൾ ഓരോ ആരോഹകനും സർ ഫ്രാൻസിസ് യങ്ഹസ്ബന്റ് എന്ന പ്രസിദ്ധ പർവതാരോഹകനെപ്പോലെ ചിന്തിക്കാൻ തുടങ്ങും.

ഉയരങ്ങൾ താണ്ടേണ്ടത് കീഴടക്കാനുള്ള അഭിനിവേശത്തോടെയല്ല, മറിച്ച് തീർഥാടകന്റെ മനോഭാവത്തോടെ ആകണം.

3

ഹിമാലയം

ലോകത്തിലെ പർവതനിരകളിൽ പ്രായത്തിൽ ഏറ്റവും പിന്നിലും ഔന്നത്യത്തിൽ ഏറ്റവും മുമ്പിലും നിൽക്കുന്നു ഹിമാലയം. ഹിമത്തിന്റെ ആവാസഭൂമിയാണ് ഹിമാലയം. ഏഷ്യയുടെ ഈ അഭിമാനം, പല രാഷ്ട്ര ങ്ങളിലായി തന്റെ ബൃഹദ്പാദങ്ങൾ ഉറപ്പിച്ചു നിൽക്കുന്നു. ഇന്ത്യ, പാകി

ഹിമാലയം

ആൽപ്സ് പർവത നിരകൾ

സ്ഥാൻ, ചൈന, ഭൂട്ടാൻ, തിബറ്റ്, നേപ്പാൾ, അഫ്ഗാനിസ്ഥാൻ എന്നീ രാഷ്ട്രങ്ങളുടെ ഭൂമിശാസ്ത്രത്തിലും സാംസ്കാരിക പൈതൃകത്തിലും ഹിമവാൻ ഉന്നതശീർഷനായി നിലകൊള്ളുന്നു.

ലോകപർവതങ്ങളുടെ കാലഗണനയിൽ ഹിമാലയം ഏറ്റവും ഇളം തലമുറയിലാണ്. ഏതാണ്ട് 40 ദശലക്ഷം വർഷങ്ങളുടെ പ്രായം മാത്രം. എങ്കിലും ഈ പർവതരാജനാണ് ലോകത്തിന്റെ മേൽക്കൂരയായി കണക്കാക്കപ്പെടുന്നത്.

പർവതങ്ങൾ പലവിധത്തിലാണ് രൂപം കൊള്ളുന്നത്. ഭൗമപാളികളുടെ ചലനമാണ് ഇതിൽ ഏറ്റവും പ്രധാന ഘടകം. ഹിമാലയത്തിന്റെ ഉത്ഭവം ഇത്തരമൊരു ഫലകചലന (Plate tectonics) ത്തിന്റെ ഫലമാണ്. ഇന്ത്യൻ ഉപഭൂഖണ്ഡവും ഏഷ്യാ വൻകരയുമായി ഉണ്ടായ ഒരേറ്റുമുട്ടലിൽ നിന്ന് ഹിമാലയം ജനിക്കുന്നു.

ഏഷ്യാ വൻകരയുടെ തെക്കുഭാഗം പണ്ട് 'ടിതിസ്' എന്ന കടലായിരുന്നു. എന്നാൽ ഇന്ത്യൻ ഫലകം നിരന്തരമായി ഏഷ്യൻ ഫലകത്തോട് അടുക്കാൻ തുടങ്ങിയപ്പോൾ 'ടിതിസ്' പതുക്കെ പതുക്കെ ചുരുങ്ങിത്തുടങ്ങി. ഈ ഞെരുക്കത്തിന്റെ സമ്മർദം മൂലം കടലിനടിയിലെ ഊറൽ പാറകൾ ഒടിഞ്ഞുമടങ്ങി കടലിനടിയിൽ നിന്ന് ഉയർന്നുവന്നു. മൂന്നു കോടി വർഷം ഈ പ്രക്രിയ തുടർന്നുകൊണ്ടേയിരുന്നു. ഈ തുടർപ്രക്രിയയിൽ ഇന്ത്യൻ ഫലകം ഏഷ്യൻ ഫലകത്തിനുള്ളിലേക്ക് തള്ളിക്കയറി. ഇതിന്റെ ഫലമോ? ടിതിസ്കടൽ അപ്രത്യക്ഷമായി. ആ സ്ഥാനത്ത് ഹിമാലയ പർവതനിരകൾ ഉയർന്നുവന്നു. ഭൂമിയുടെ ബാഹ്യപാളിയി

ലുള്ള ഫലകങ്ങളാണ് ഇങ്ങനെ കൂട്ടിമുട്ടുന്നത്. ഈ ഉത്ഥാനശക്തികളുടെ ഏറ്റുമുട്ടൽ അവസാനിക്കുന്നില്ല. അതൊരു നിരന്തരപ്രക്രിയയായി തുടരുകയാണ്. അങ്ങനെ, മടക്കു പർവതങ്ങളുടെ ഗണത്തിൽപ്പെട്ട ഈ ഉന്നത സ്ഥാനീയൻ വളർന്നുകൊണ്ടേയിരിക്കുന്നു. എല്ലാ പർവതങ്ങൾക്കുമുണ്ട് വളർച്ച. എന്നാൽ ഹിമാലയത്തിന്റെ വളർച്ച ത്വരിതഗതിയിലാണ്.

ആൽപ്സ്, റോക്കീസ്, കോക്കസസ്, ആന്റീസ് തുടങ്ങിയവയാണ് ലോകത്തിലെ പ്രധാനപ്പെട്ട മറ്റു പർവതനിരകൾ. ഇവയെല്ലാം വൻകരകളുടെ അറ്റങ്ങളിലാണ് ഉദയം കൊണ്ടിട്ടുള്ളത്. ഓരോ വൻകരയ്ക്കുമുണ്ട് ഉയരമുള്ള ഒരു മലനിര. ദക്ഷിണ അമേരിക്കയിലാണ് ആന്റീസ്. ഈ പർവതനിരയിലെ ചില കൊടുമുടികളുടെ ഉയരം 20,000 അടി (6100 മീറ്റർ)യിൽ അധികമാണ്. ഉത്തര അമേരിക്കയിലാണ് റോക്കി പർവതനിരകൾ. ആൽപ്സ് ആകട്ടെ യൂറോപ്പിലെ പർവതനിരയുമാണ്.

2400 കിലോമീറ്റർ നീളത്തിലും 240 മുതൽ 330 കിലോമീറ്റർ വരെ വീതിയിലുമാണ് ഹിമാലയം വ്യാപിച്ചുകിടക്കുന്നത്. ഹിമാലയത്തിന് മൂന്ന് സമാന്തര ശ്രേണികളാണുള്ളത്. ഹിമാദ്രി എന്നു വിളിക്കപ്പെടുന്ന 'ഗ്രേറ്റർ ഹിമാലയ'മാണ് ആദ്യശ്രേണി. രണ്ടാമത്തേത് 'ലെസർ ഹിമാലയ'യാണ്. ഹിമാചൽ എന്ന് ഇതറിയപ്പെടുന്നു. ശിവാലിക് എന്നു വിളിക്കപ്പെടുന്ന 'ഔട്ടർ ഹിമാലയ'യാണ് മൂന്നാമത്തേത്.

ഹിമാലയത്തിന്റെ വടക്കേ അറ്റത്തുള്ള നിരയാണ് ഹിമാദ്രി അഥവാ ഗ്രേറ്റർ ഹിമാലയ. ലോകത്തിലെ ഉയരം കൂടിയ കൊടുമുടികളിൽ

ഡാർജിലിങ്

പലതും ഇതിലാണുള്ളത്. ഇതിന്റെ ശരാശരി ഉയരം 6000 മീറ്റർ ആണ്. മൗണ്ട് എവറസ്റ്റ് (850 മീറ്റർ), കെ. 2 (8611 മീറ്റർ), കാഞ്ചൻജംഗ (8598 മീറ്റർ), നന്ദാദേവി (7817 മീറ്റർ) തുടങ്ങിയ കൊടുമുടികൾ ഹിമാദ്രിയുടെ ഭാഗമാണ്. ചൈന, നേപ്പാൾ, ഇന്ത്യ എന്നീ രാഷ്ട്രങ്ങളുടെ അതിർത്തിയെ ഈ നിര പങ്കിടുന്നു.

വിനോദസഞ്ചാരികളുടെ പറുദീസയാണ് ലെസർ ഹിമാലയ. മുസൂറി, സിംല, ഡാർജിലിങ്, നൈനിറ്റാൾ, ഡൽഹൗസി തുടങ്ങിയ പ്രശസ്ത വിനോദ സഞ്ചാരകേന്ദ്രങ്ങൾ ഹിമാചലിന്റെ മടിത്തട്ടിലാണ്. ഇന്ത്യയുടെ വടക്കു പടിഞ്ഞാറൻ സംസ്ഥാനങ്ങളായ ഹിമാചൽ പ്രദേശ് ഉത്തർ പ്രദേശ്, വടക്കുഭാഗത്തുള്ള സിക്കിം, വടക്കു കിഴക്കുഭാഗത്തുള്ള അരുണാചൽ പ്രദേശ് എന്നിവ ഈ പർവതനിരക്ക് ഇരിപ്പിടമൊരുക്കുന്നു. ഇതിന്റെ തെക്കേ ചെരുവുകൾ നഗ്നമായി കിടക്കുമ്പോൾ വടക്കേ ചെരിവുകളിൽ ഇടതൂർന്ന കാടുകൾ കാണപ്പെടുന്നു. ഇതൊരു അപൂർവ കാഴ്ചതന്നെയാണ്. ഇന്ത്യയിലെ ബ്രിട്ടീഷ് അധിനിവേശത്തിന്റെ നാളുകളിൽ, ഇന്ത്യയുടെ സമതലങ്ങളുടെ ചൂട് സഹിക്കാനാകാതെ ബ്രിട്ടീഷുകാർ, വേനൽക്കാലങ്ങളിൽ ഹിമാചലിന്റെ അടിവാരങ്ങളിലാണ് സുഖവാസമൊരുക്കിയിരുന്നത്.

സമുദ്രനിരപ്പിൽ നിന്നും ശരാശരി 900 മുതൽ 1200 മീറ്റർ വരെ ഉയരത്തിലുള്ള ശിവാലിക് ഏറ്റവും തെക്കേ അറ്റത്തുള്ള പർവതനിരയാണ്. കട്ടികുറഞ്ഞ പാറകളും മണ്ണും നിറഞ്ഞതാണ് ഈ നിര. ലെസർ ഹിമാലയങ്ങളുടെയും ഗംഗാസമതലത്തിന്റെയും ഇടയിലാണ് ഇതിന്റെ സ്ഥാനം. ഭൂമികുലുക്കവും ഉരുൾപൊട്ടലും ഇവിടെ സാധാരണമാണ്. ഡൂൺവാലി എന്നാണ് ഔട്ടർ ഹിമാലയത്തിന്റെ താഴ്വര അറിയപ്പെടുന്നത്.

'ട്രാൻസ് ഹിമാലയ' എന്ന മറ്റൊരു നിരയും ഹിമാലയത്തിലുണ്ട്. കിൻഗായ് ക്സിസാംഗ് പീഠഭൂമിയിലാണ് ഇത് നിലകൊള്ളുന്നത്. ഇന്ത്യയുടെയും പാകിസ്ഥാന്റെയും ചൈനയുടെയും അതിർത്തിയിലുള്ള കാരകോറം നിരയിൽ വച്ച് ട്രാൻസ്ഹിമാലയ ഗ്രേറ്റ്ഹിമാലയവുമായി കൂടിച്ചേരുന്നു.

ഹിമാലയനിരകളുടെ ദക്ഷിണഭാഗം മിക്കവാറും സസ്യതരുരഹിതമാണ്. ചെങ്കുത്തായ ഈ പ്രദേശങ്ങളിൽ മഞ്ഞടിയുന്നതിനോ വൃക്ഷങ്ങൾ വളരുന്നതിനോ സാധ്യമല്ല. എന്നാൽ വടക്കുഭാഗത്താകട്ടെ, ഹിമാവരണത്തിനു കീഴെ വൃക്ഷനിബിഡമായ പർവത ചെരുവുകളാണുള്ളത്. പീഠഭൂമികൾ, താഴ്വരകൾ, അഗാധ ഗർത്തങ്ങൾ എന്നിവ ഈ നിരകൾക്കിടയിലുണ്ട്.

5

ഉന്നതശീർഷനായി എവറസ്റ്റ്

എവറസ്റ്റ്, ലോകത്തിലെ ഏറ്റവും വലിയ കൊടുമുടിയാണ്. ഇതിന്റെ ഉയരം 29028 അടിയാണ്. ഏകദേശം 5 1/2 മൈൽ. തിബത്ത്, ചൈന, നേപ്പാൾ എന്നീ രാജ്യങ്ങളുടെ അതിർത്തിയിലാണ് ഈ കൊടുമുടി സ്ഥിതി ചെയ്യുന്നത്. ഉത്തരധ്രുവം, ദക്ഷിണധ്രുവം എന്നതുപോലെ മൂന്നാമത്തെ ധ്രുവം എന്നും ഈ കൊടുമുടിയെ വിശേഷിപ്പിക്കാറുണ്ട്.

മഞ്ഞുമൂടിയ ഈ കൊടുമുടിയിൽ അതിശക്തമായ കാറ്റ് അനുഭവപ്പെടുന്നു. ചെങ്കുത്തായ ഈ പർവതത്തിന് സാഗർമാതാ എന്നാണ് നേപ്പാളിൽ പേര്. ഭൂമിയുടെ മാതൃദേവതയായി ഷേർപ്പകളും തിബത്തുകാരും എവറസ്റ്റിനെ കാണുന്നു. 'കൊമോലാംഗ്മ' എന്ന പേരിലാണ് അവർ ഇതിനെ വിളിക്കുന്നത്. ഒരു കൈയിൽ ഭക്ഷണപാത്രവും മറുകൈയിൽ രത്നം തുപ്പുന്ന കീരിയുമുള്ള ദേവതയുടെ ആവാസഭൂമിയാണ് ഷേർപ്പകൾക്ക് എവറസ്റ്റ്. അതുകൊണ്ടുതന്നെ, അടുത്തകാലം വരെ ഈ പർവതാരോഹണത്തിന് അവർ തുനിഞ്ഞിരുന്നില്ല. പരിപാവനമായ പർവതദേവതയുടെ ആസ്ഥാനത്ത് മനുഷ്യൻ കാലുകുത്തരുതെന്ന് അവർ വിശ്വസിച്ചിരുന്നു. എവറസ്റ്റിന്റെ ഉയരം അളന്നു തിട്ടപ്പെടുത്തുന്നതുവരെ കാഞ്ചൻജംഗയാണ് ഏറ്റവും ഉയരമുള്ള കൊടുമുടി എന്നായിരുന്നു വിശ്വാസം. 1830 മുതൽ 1843 വരെ ഇന്ത്യയുടെ മാപ്പ് തയാറാക്കുന്ന ചുമതലക്കാരനായി എത്തിയത് ഒരു വെൽഷ്കാരനായിരുന്നു. സർ ജോർജ് എവറസ്റ്റ് എന്നായിരുന്നു അദ്ദേഹത്തിന്റെ പേര്. ഇന്ത്യയുടെ ത്രികോണമിതി സർവേയുടെ സർവേയർ ജനറലായിരുന്നു അദ്ദേഹം. 1849–50 വർഷങ്ങളിൽ പലദിശകളിൽനിന്നും എവറസ്റ്റിന്റെ അളവെടുത്തു. അപ്പോഴൊന്നും ഈ കൊടുമുടിയുടെ കൃത്യമായ അളവ് രേഖപ്പെടുത്താനായില്ല. അതുകൊണ്ടാണ് ഭൂമധ്യഭാഗത്ത് ഇക്വഡോറിൽ സ്ഥിതിചെയ്യുന്ന 7054

അടി ഉയരമുള്ള ചിമ്പെറാസോ എന്ന അഗ്നിപർവതമാണ് ലോകത്തിലെ ഏറ്റവും ഉയരം കൂടിയ പർവതമെന്ന് കണക്കാക്കപ്പെട്ടിരുന്നത്. മാത്ര മല്ല, എവറസ്റ്റിനെ അളന്നിരുന്നത് വളരെ അകലെയുള്ള ഇന്ത്യൻ സമത ലങ്ങളിൽ നിന്നായിരുന്നു. തിബത്ത് കടന്നുചെന്ന് എവറസ്റ്റിന്റെ അളവെ ടുക്കാൻ അക്കാലത്ത് ചൈനയുടെ ചക്രവർത്തി സമ്മതിച്ചിരുന്നുമില്ല. അതിനാൽ, തിബത്തിൽത്തന്നെയുള്ളവരും വിദ്യാഭ്യാസം നേടിയവരു മായ 'പണ്ഡിറ്റ്' എന്നറിയപ്പെടുന്നവരുടെ സമ്മതത്തോടെയാണ് പിന്നീട് അളവെടുപ്പ് നടന്നത്. അവർ ജപമാലപോലെ, സർവേചെയിനുകൾ കര ത്തിലേന്തിചെന്നാണ് അളവെടുപ്പുനടത്തിയത്.

എവറസ്റ്റ്

1852 ൽ ദൽഹിയിൽ ജോലിചെയ്തിരുന്ന ഒരു ബംഗാളി ഗുമസ്തൻ, വിവിധദിശകളിൽ നിന്നും ലഭിച്ച അളവുകൾ കണക്കുകൂട്ടി ഒടുവിലൊരു പ്രഖ്യാപനം നടത്തി; ലോകത്തിലെ ഏറ്റവും വലിയ കൊടുമുടിയാണ് എവറസ്റ്റ്. പതിനഞ്ചാം കൊടുമുടി (Peak XV) എന്നായിരുന്നു ബ്രിട്ടീ ഷുകാർ ആദ്യം ഈ പർവതത്തെ വിളിച്ചിരുന്നത്. ഒരുപക്ഷേ, ഒരിക്കലും എവറസ്റ്റ് കണ്ടിട്ടില്ലാത്ത സർവേയർ ജനറലായ സർ ജോർജ് എവറ സ്റ്റിന്റെ സ്മരണാർഥമാണ് 1865–ൽ പീക്ക് 15 ന് എവറസ്റ്റ് എന്ന പേരു നൽകിയത്.

സർ ജോർജ് എവറസ്റ്റ്

ഇന്ത്യയുടെ ആറ് പ്രദേശങ്ങളിൽ നിന്ന് ആദ്യമായെടുത്ത അളവെടുപ്പു പ്രകാരം എവറസ്റ്റിന്റെ ഉയരം 29002 അടി എന്നാണ് കണക്കാക്കപ്പെട്ടിരുന്നത്. 20–ാം നൂറ്റാണ്ടിന്റെ ആരംഭത്തിൽ നടന്ന അടുത്ത സർവേ പ്രകാരം കണക്കാക്കപ്പെട്ട ഉയരം 29141 അടിയാണ്. 1954 ൽ എവറസ്റ്റിനോട് ചേർന്നുള്ള 12 സ്ഥാനങ്ങളിൽ നിന്ന് സർവേനടത്തി. അതനുസരിച്ച് 29028 അടി (8848 മീറ്റർ) ഉയരം എന്നത് പൊതുവേ അംഗീകരിക്കപ്പെട്ടു.

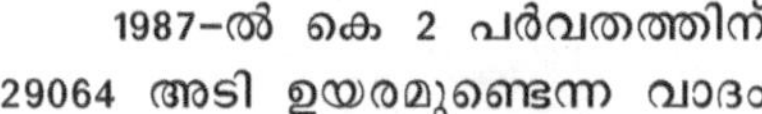

1987–ൽ കെ 2 പർവതത്തിന് 29064 അടി ഉയരമുണ്ടെന്ന വാദം ഉയർന്നു. അപ്പോൾ പുതിയ അളവെടുപ്പു നടത്തി. ആധുനിക സാങ്കേതിക വിദ്യ (Global Positional Device) ഉപയോഗിച്ച് 1999 ൽ കൊളറാഡോ സർവകലാശാലയിലെ ശാസ്ത്രജ്ഞർ നടത്തിയ സർവേ പ്രകാരം എവറസ്റ്റിന്റെ ഉയരം 29035 അടി (850 മീറ്റർ) ആണെന്ന് സ്ഥിരീകരിച്ചു. നേരത്തേ നടത്തിയ സർവേ പ്രകാരമുള്ളതിലും 7 അടി കൂടുതൽ ഉയരമാണ് ഇതനുസരിച്ച് എവറസ്റ്റിനുള്ളത്. ഈ അളവ് നാഷണൽ ജ്യോഗ്രഫിക് സൊസൈറ്റി അംഗീകരിക്കുകയും അവരുടെ ഭൂപടത്തിൽ രേഖപ്പെടുത്തുകയും ചെയ്തു.

1998–ലാണ് ഗ്ലോബൽ പൊസിഷനൽ ഡിവൈസ് പർവതാരോഹകർ കൊടുമുടിയുടെ ഉയരത്തിൽ സ്ഥാപിച്ചത്. ഈ സാങ്കേതികവിദ്യ ഉപയോഗിച്ച്, ഓരോ വർഷവും $^3/_4$ ഇഞ്ച് വീതം എവറസ്റ്റ് ഉയരുന്നതായി കണ്ടെത്തിയിട്ടുണ്ട്. മാത്രമല്ല 3 ഇഞ്ച് വടക്കുദിശയിലേക്ക് ഈ പർവതം വർഷംതോറും ചലിച്ചുകൊണ്ടിരിക്കുകയുമാണ്.

തിബത്തിൽ റോംഗ്ബുക് ആശ്രമത്തിനരുകിൽ, നേപ്പാൾ അതിർത്തിയിൽനിന്ന് എവറസ്റ്റിന്റെ കാഴ്ച അതീവ ഹൃദ്യമാണ്. തിബത്തുവഴി, എവറസ്റ്റിന്റെ വടക്കുകിഴക്കുഭാഗത്തുകൂടിയാണ് മിക്കവാറും എല്ലാ പർവതാരോഹകരുടേയും ആരോഹണം. ആദ്യമായി എവറസ്റ്റു കയറാൻ എത്തിയ റെയ്ൻ ഹോൾഡ് മെസ്സ്നർ ഈ മാർഗമാണ് ഉപയോഗിച്ചത്. ഒറ്റയ്ക്കായിരുന്നു അദ്ദേഹത്തിന്റെ യാത്ര.

20–ാം നൂറ്റാണ്ടിൽ പർവതാരോഹണം ഹരമായെടുത്ത അനവധി പേരുണ്ടായിരുന്നു. 'ലോകത്തിന്റെ മേൽക്കൂര' (Roof of the world) എന്നു വിശേഷിപ്പിക്കപ്പെടുന്ന എവറസ്റ്റിനെ കീഴടക്കാനും പലരുമെത്തി. 1920 ലാണ് തിബത്തുവഴിയുള്ള ആരോഹണത്തിന് അനുമതി ലഭിച്ചത്. 1922 ൽ നടത്തിയ ആരോഹണത്തിൽ ഏഴുപേർ മരിക്കുകയും ആ യാത്ര പരാ

ജയമാകുകയും ചെയ്തു. 1924–ൽ പുറപ്പെട്ട ജോർജ് മെലോറി, ആൻഡ്രു ഇർവിൻ എന്നീ ആരോഹകർ 20000 അടി ഉയരത്തിലെത്തുകയുണ്ടായി. പിന്നീട് അവരെക്കുറിച്ച് യാതൊരറിവും ലഭിച്ചില്ല. പിന്നീടു നടന്ന പല ശ്രമങ്ങളും പരാജയപ്പെട്ടു. രണ്ടാം ലോകയുദ്ധത്തിനുശേഷമാണ് ആരോഹണത്തിന്റെ പുതിയ നിര ഉയർന്നത്. 1953ൽ ബ്രിട്ടീഷുകാരനായ കേണൽ ജോൺ ഹണ്ടിന്റെ നേതൃത്വത്തിൽ പുതിയ സംഘം പുറപ്പെട്ടു. ശാസ്ത്രീയവും ആധുനികവുമായ ഉപകരണങ്ങളുമായാണ് അവർ ആരോഹണം നടത്തിയത്. ന്യൂസിലാൻഡുകാരനായ ഹിലാരിയും ഷേർപ്പാ വംശജനായ ടെൻസിങ് നോർഗെയും അവരുടെ സംഘത്തിലുണ്ടായിരുന്നു. ടെൻസിങ് പർവതാരോഹണത്തിൽ പരിചയസമ്പന്നനാ

ഹിലാരിയും ടെൻസിങ് നോർഗെയും

യിരുന്നു. ഇവാൻസ്, ബോർഡിലൻ എന്നീ രണ്ടുപേരും ആ സംഘത്തിലുണ്ടായിരുന്നു. എന്നാൽ അവർ പകുതിവഴിയിൽ വച്ച് പരാജയമേറ്റു വാങ്ങി തിരികെപോന്നു. ഒടുവിൽ ആ കൊടുമുടിയിൽ എത്താൻ കഴിഞ്ഞത് ഹിലാരിക്കും ടെൻസിങ്ങിനും മാത്രമായിരുന്നു. ലോകത്തിന്റെ നെറുകയിൽ കാലുകുത്തിയ അവർക്കു കീഴെ മഞ്ഞുമൂടിയ ഹിമവാൻ അത്ഭുതാദരങ്ങളോടെ അവരെ നോക്കിനിന്നു.

തിബത്തുവഴി ചൈനക്കാരുടെ ആദ്യ ആരോഹണം 1960ൽ ആയിരുന്നു. ഷിൻചാൻചുങ് ആയിരുന്നു ആരോഹണസംഘത്തിന്റെ തലവൻ. 1980 വരെ, പിന്നീട് ഈ തിബത്തുമാർഗം അടഞ്ഞുകിടന്നു. വാംഗ്ഫുഷു ഗോംഗ്ബു, ക്യുഇഷാ എന്നീ മൂന്നുപേരടങ്ങിയതായിരുന്നു അടുത്ത

ചൈനീസ് ആരോഹക സംഘം. ഏറ്റവും മുകൾഭാഗത്ത് ഒന്നാംഘട്ടം കഴിഞ്ഞ് 2–ാം ഘട്ടത്തിലെത്തിയപ്പോൾ അവർക്ക് കയറാൻ നന്നേ ബുദ്ധി മുട്ടനുഭവപ്പെട്ടു. അവിടെ 30 മീറ്റർ ഉയരത്തിൽ കുത്തനെയുള്ള പാറ മഞ്ഞുമൂടിക്കിടക്കുന്നു. എത്ര ശ്രമിച്ചിട്ടും കയറിപ്പറ്റാനാകുന്നില്ല. ഒടു വിൽ ക്യുഇഷാ തന്റെ ബൂട്ട്സുകളും സോക്സുകളും ഊരിക്കളഞ്ഞ് അള്ളിപ്പിടിച്ച് മുകളിൽ കയറി. –40ഡിഗ്രി സെൽഷ്യസിലുള്ള താപനില യിൽ നഗ്നപാദനായി കയറിയ ആ ആരോഹകൻ കൂടെയുള്ള മറ്റു രണ്ടു പേരെയും പിടിച്ചുകയറ്റി. $5^1/_2$ മണിക്കൂർ എടുത്തു ആ ശ്രമം ഒന്നു വിജ യിക്കാൻ. രാത്രിയിലും തുടർന്ന കയറ്റം പ്രഭാതത്തിൽ 4.25ന് അവസാ നിച്ചു. അവർ എവറസ്റ്റു കീഴടക്കി. എന്നാൽ അതിശക്തമായ മഞ്ഞേറ്റ് ക്യുവിന് തന്റെ ഒരു വിരൽ നഷ്ടമായി. എങ്കിലും ക്യൂ ആഹ്ളാദഭരിത നായിരുന്നു. ഒരു പാദത്തേക്കാളും വലുതാണ് ദേശീയ ബഹുമതി എന്നാ യിരുന്നു ക്യുവിന്റെ പക്ഷം.

കൊടുമുടിയിലെത്തിയ ഉടനെ അവർ എത്തിച്ചേർന്ന സമയവും തീയതിയും ഒരു കടലാസിൽ എഴുതിവച്ചു. മാത്രമല്ല, കൂടെക്കരുതിയ മൗ സെ ദോങ്ങിന്റെ പ്രതിമയും ചൈനയുടെ പതാകയും അവർ എവറ സ്റ്റിനുമുകളിൽ സ്ഥാപിച്ചു. തിരികെപ്പോരുമ്പോൾ, ആ കൊടുമുടിയുടെ നെറുകയിൽ നിന്ന് അവർ ഒരു പാറക്കഷണം കൈയിലെടുത്തു. അങ്ങു താഴെ ചൈനയിലെത്തുമ്പോൾ മൗവിന് നൽകാൻ. ആ പാറക്കഷണം ചൈനയിലെ മ്യൂസിയത്തിൽ ഇന്നും സൂക്ഷിച്ചിട്ടുണ്ട്.

രാത്രിയായതിനാൽ അവർക്ക് കൊടുമുടിയുടെ മുകളിൽനിന്നുമുള്ള ഫോട്ടോകൾ എടുക്കാൻ കഴിഞ്ഞില്ല. അതുകൊണ്ട് 1975 വരെ അന്തർദേ ശീയ ആരോഹകസംഘം ഇവരുടെ അവകാശവാദത്തെ അംഗീകരിച്ചു മില്ല. 1975–ലാണ് പുതിയ ചൈനീസ് പര്യവേഷണസംഘം പുറപ്പെട്ടത്. അവരും തിബത്തുമാർഗമാണ് തെരഞ്ഞെടുത്തത്. 25 മീറ്റർ നീളമുള്ള ഗോവണിയുമായി ആയിരുന്നു അവരുടെ ആരോഹണം. ക്യൂവിന് വിരൽ നഷ്ടപ്പെടാനിടയായ പാറകടന്ന് മുകളിലെത്താനായിരുന്നു ഈ ഗോവണി. അങ്ങനെ ആദ്യമായി ചൈനക്കാർ എവറസ്റ്റിൽ ഗോവണി സ്ഥാപിച്ചു.

തിബത്തിന്റെ കിഴക്കുഭാഗത്ത് എവറസ്റ്റിന്റെ വലിയ മഞ്ഞുഭിത്തി യുണ്ട്. 1984ൽ എവറസ്റ്റിന്റെ അളവെടുക്കാനെത്തിയ അമേരിക്കൻ സംഘം ഇവിടെനിന്നാണ് സർവേ നടത്തിയത്. ഇവിടെയാണ് കൊമാലാംഗ്മ ദേശീ യോദ്യാനം.

1989–ലാണ് ഇത് നിലവിൽ വന്നത്. 13000 ചതുരശ്ര കീലോമീറ്റർ വരുന്ന ഈ പ്രദേശത്ത് 80000 ത്തോളം ജനങ്ങൾ വസിക്കുന്നു. എവ റസ്റ്റ് മുതൽ തിബത്ത് പീഠഭൂമിവരെ ഈ പ്രദേശം വ്യാപിച്ചു കിടക്കുന്നു.

തിബത്തുവഴി ആരോഹണത്തിന് ആരോഹകർ തയാറാകാൻ കാരണം ഖുംബുവിലെ മഞ്ഞുവീഴ്ചയെ ഭയന്നാണ്. എന്നാൽ ഈ മാർഗം ഉപയോഗിക്കുമ്പോൾ കൂടുതൽ ദൂരം കയറേണ്ടി വരും. അടിവാ

രത്തിലുള്ള ആദ്യത്തെ ക്യാമ്പ് 17000 അടി ഉയരത്തിലാണ്. സമുദ്രനിരപ്പിൽനിന്നും 18300 അടി ഉയരത്തിലുള്ള ഒന്നാമത്തെ ക്യാമ്പിലേക്കുള്ള മാർഗം താരതമ്യേന ആയാസരഹിതമാണ്. രണ്ടാം ക്യാമ്പ് 20000 അടി ഉയരത്തിലും മൂന്നാമത്തേത് 21300 അടിയും നാലാമത്തേത് 23100 അടിയും ഉയരത്തിലാണ്. മഞ്ഞും ഗ്ലേസിയറുകളും കടന്നുവേണം നാലാം ക്യാമ്പിലെത്താൻ. അഞ്ചാമത്തെ ക്യാമ്പ് 25600 അടി ഉയരത്തിലും ആറാമത്തേത് 27600 അടി ഉയരത്തിലുമാണ്. 28300 അടി ഉയരത്തിലാണ് അവസാനത്തെ ഭാഗം. ചൈനക്കാർ സ്ഥാപിച്ച ഗോവണിവഴിയാണ് ആരോഹകർ അവസാന ഭാഗത്തുള്ള പ്രതിസന്ധി തരണം ചെയ്യുന്നത്.

അറുപതിലേറെ തവണ മനുഷ്യർ എവറസ്റ്റിൽ കയറിയിട്ടുണ്ട്. വളരെ ശ്രദ്ധ ആവശ്യപ്പെടുന്ന ഈ കൊടുമുടികയറ്റത്തിന് ആദ്യമായി ഇറങ്ങിത്തിരിച്ചത് അന്ധനായ മനുഷ്യൻ എറിക് വീഹെൻ മേയർ എന്ന മുപ്പത്തിമൂന്നുകാരനായിരുന്നു. കൊളറാഡോക്കാരനായ ഈ എഴുത്തുകാരൻ ആദ്യമായി ആ ബഹുമതി നേടി. ഡോ. ഷേർമാൻ ബുൾ ആണ് എവറസ്റ്റ് കീഴടക്കിയ ഏറ്റവും പ്രായം കൂടിയ മനുഷ്യൻ. 64 വയസായിരുന്നു അദ്ദേഹത്തിന് അന്നു പ്രായം. നേപ്പാളി വിദ്യാർഥിയായ തെംബാ ഷെറി ഷേർപ്പ 2001 മെയ്മാസത്തിൽ ഈ കൊടുമുടി കയറി. $17^{1}/_{2}$ വയസുള്ള തെംബയാണ് എവറസ്റ്റു കയറിയ ഏറ്റവും പ്രായം കുറഞ്ഞയാൾ. പിരമിഡ് ആകൃതിയിലുള്ള ഈ മഞ്ഞുമല എന്നും മനുഷ്യനെ ആകർഷിച്ചുകൊണ്ടേയിരിക്കുന്നു. സാഹസികമെങ്കിലും എവറസ്റ്റിന്റെ ആകർഷണീയത മുകരാനുള്ള ആരോഹണം ആരോഹകർക്ക് നവ്യാനുഭൂതികൾ പകരുന്നു.

6

ഹിമശൈലത്തിലെ നദീപ്രവാഹങ്ങൾ

ഹിമാലയം ജന്മം നൽകിയിട്ടുള്ള നദികൾ അനവധിയാണ്. ചിരിച്ചും കളിച്ചും കുതിച്ചും കിതച്ചും ഒഴുകുന്ന ഈ പ്രവാഹിനികൾ എത്ര ഭൂമികകളെയാണ് നനച്ചിട്ടുള്ളത്! എത്രയെത്ര സംസ്കാരങ്ങൾക്കും ജീവജാലങ്ങൾക്കുമാണ് ദാഹജലം നൽകിയിട്ടുള്ളത്! ചരിത്രത്തെയും സാഹിത്യത്തെയും വിശ്വാസങ്ങളെയും ജനജീവിതത്തെയും ഇവ എക്കാലവും പരിപോഷിപ്പിക്കുന്നു. മഞ്ഞുരുകിയും മഴ പെയ്തുമാണ് ഈ നദികളിൽ ജലം നിറയുന്നത്. സിന്ധു, ഗംഗ, ബ്രഹ്മപുത്ര, യമുന, ഝലം, ചിനാബ്, രാവി, ബീസ്, സത്‌ലജ്, കർണാലി, സ്പിതി..... ഇങ്ങനെ ഈ പ്രവാഹിനികളുടെ പേരുകൾ നീളുകയാണ്. ഇവയിൽ ഝലം, ചിനാബ്, രാവി, ബീസ് എന്നിവ പഞ്ചനദികൾ എന്ന പേരിലറിയപ്പെടുന്നു. പഞ്ചനദികളുടെ നാടായ പഞ്ചാബിൽ വച്ച് ഈ നദീ സഹോദരിമാർ സിന്ധുനദിയുമായി ചേരുന്നു. പഞ്ചനദികൾക്ക് പൗരാണികർ നൽകിയിട്ടുള്ള പേരുകൾ വളരെ മനോഹരങ്ങളാണ്. വിതസ്ത, ആസ്കിനി, ഈരാവതി, ശതദ്രു, വിപാശ എന്നിങ്ങനെയാണ് യഥാക്രമം അവയുടെ പേരുകൾ.

സിന്ധു

തിബത്തൻ പീഠഭൂമിക്കു മുകളിലുള്ള മാനസസരോവറിനടുത്തു നിന്നാണ് പ്രസിദ്ധമായ സിന്ധുനദിയുടെ ഉത്ഭവം. സെങ്കെഖബബ് എന്നു പേരുള്ളതും 5180 മീറ്റർ ഉയരത്തിലുള്ളതുമായ ജലാശയമാണ് ഇതിന്റെ ശരിയായ ഉത്ഭവ സ്ഥാനം. ഗാർതാങ് നദിയാണ് സിന്ധുവിന്റെ ആദ്യത്തെ പോഷകനദി. സമുദ്രനിരപ്പിൽ നിന്ന് 4200 മീറ്റർ ഉയരത്തിൽ വച്ചാണ് ഈ കൂടിച്ചേരൽ. തെക്കു കിഴക്കൻ ലഡാക്കിന്റെ ഭാഗത്തുള്ള ഹമാലയ

സിന്ധു

പ്രദേശങ്ങളിലേക്ക് ഒഴുകിയെത്തുന്ന സിന്ധുനദി വടക്കു പടിഞ്ഞാറോട്ടൊഴുകുന്നു. തുടർന്ന് വടക്കുഭാഗത്തുയർന്നു നിൽക്കുന്ന ലഡാക്ക് മലനിരകളുടെയും തെക്കുഭാഗത്തേക്കുയർന്നു നിൽക്കുന്ന സാൻസ്കർ മലനിരകളുടെയും ഇടയിലൂടെ ഇതൊഴുകുന്നു. ലഡാക്കിലെ ലേയിൽ വച്ചാണ് സാൻസ്കർനദി സിന്ധുവിനോട് ചേരുന്നത്. ധാരാളം ജനപഥങ്ങളെ തഴുകിയൊഴുകുന്ന സിന്ധു മരോൾ, സ്കർദു, ബുഞ്ചി എന്നീ പ്രദേശങ്ങൾക്ക് ജലം പകരുന്നു.

സിന്ധുവിനോടുചേരുന്ന മറ്റൊരു പ്രവാഹമാണ് ഷയോക് നദി. പാകിസ്ഥാനിലെ കാലാബാഗിനടുത്തു വച്ചാണ് സിന്ധു സമതലത്തെ പ്രാപിക്കുന്നത്. അവിടെ താട്ടനഗരത്തിലെത്തുമ്പോൾ പ്രശസ്തമായ ഈ പ്രവാഹിനി പല കൈവഴികളായി തിരിഞ്ഞ് അറബിക്കടലിനെ ലക്ഷ്യമാക്കി യാത്ര തുടരുന്നു.

സ്വെൻ ഹെഡിൻ എന്ന സ്വീഡൻകാരൻ 1907 ൽ നടത്തിയ കൈലാസയാത്രയിലാണ് സിന്ധു, സത്‌ലജ്, ബ്രഹ്മപുത്ര, കർണാലി എന്നിവയുടെ ഉറവിടം കണ്ടെത്തിയത്. ലോകത്തിലെ ഏറ്റവും നീളമുള്ള നദികളിലൊന്നാണ് സിന്ധു. അബാസിൻ, കിഴക്കൻനദി എന്നീ പേരുകളിലും

ഇതറിയപ്പെടുന്നു. ഇൻഡസ് എന്നാണ് ഈ നദിക്ക് ഇംഗ്ലീഷിലുള്ള നാമധേയം.മോഹൻജൊദാരോ,ഹാരപ്പ എന്നീ പ്രാചീന സംസ്കാരങ്ങൾ വളർന്ന് തിടംവച്ചത് ഈ നദീതടത്തിലാണ്.

സത്‌ലജ്

പരിപാവനമായ കൈലാസപർവതത്തിലെ മാനസസരോവറിനടുത്തുനിന്നാണ് സത്‌ലജ് നദി ഉത്ഭവിക്കുന്നത്. ഹിമാലയത്തിനു സമാന്തരമായി ബഹുദൂരം സഞ്ചരിച്ചതിനുശേഷം ഈ നദി ഷിപ്കി പാസിലെത്തുന്നു. പിന്നീട് സാൻസ്കർ മലനിരകളിലേക്കു പ്രവേശിക്കുകയും അവിടെനിന്ന് തിരിഞ്ഞ് ഹിമാലയത്തിൽ വീണ്ടും ഈ നദി എത്തിച്ചേരുകയും ചെയ്യുന്നു. അതിനുശേഷം കിന്നൗർ കൈലാസ് മലയുടെ അടിവാരത്തിലുള്ള അഗാധമായ മലയിടുക്കിലേക്ക് കുതിച്ചുചാടുന്നു. കിനൗർ

ഭക്രാനംഗൽ അണക്കെട്ട്

ജില്ലയിൽ ഹിന്ദുസ്ഥാൻ–തിബത്ത് റോഡിന് സമാന്തരമായാണ് ഇതൊഴുകുന്നത്. കിനൗറിലെ കാർച്ചനിൽവച്ച് തെളിഞ്ഞ നീലനദിയായ ബാസ്പയുമായി സത്‌ലജ് ചേരുന്നു. സംഗ്ല താഴ്‌വാരത്തിന് ഈറൻ ചാർത്തുന്ന നദിയാണ് ബാസ്പ. ഹിമാചൽപ്രദേശ് വഴി പഞ്ചാബിലേക്ക് ഒഴുകുന്ന സത്‌ലജിലാണ് ഭക്രാനംഗൽ അണക്കെട്ട്. സത്‌ലജ്, ബീയാസ് നദിയുമായി ചേർന്ന് പാകിസ്ഥാനിലേക്കൊഴുകുമ്പോൾ അവിടെ ചിനാബ് നദി ഈ പ്രവാഹിനിയെ ഏറ്റുവാങ്ങുന്നു.

സിന്ധുനദി ഉയർന്ന പ്രദേശങ്ങളിലൂടെ ഒഴുകുമ്പോൾ താഴ്ന്ന പ്രദേശങ്ങളാണ് സത്‌ലജിന്റെ പ്രവാഹഭൂമിക. പഞ്ചാബിലെ അഞ്ചു നദികളിൽ

ഏറ്റവും കൂടുതൽ നീളം സത്‌ലജിനാണ്. 1440 കിലോമീറ്റർ, പുഞ്ചനാര്, ശതദ്രു എന്നീ പേരുകളിലും അറിയപ്പെടുന്ന ഈ നദി, മിത്തൻകോട്ടിൽ വച്ച് സിന്ധുവുമായി സംയോജിക്കുന്നു.

ചിനാബ്

ചന്ദ്രഭാഗ എന്നൊരു പേരുകൂടി ചിനാബ് നദിക്കുണ്ട്. ഹിമാചൽ പ്രദേശിലെ ലാഹോറിൽവച്ച് ചന്ദ്രാനദിയും ഭാഗാനദിയും ചിനാബുമായി

ചിനാബ്

ചേർന്നൊഴുകുന്നതുകൊണ്ടാണ് ഇങ്ങനെയൊരു പേരു കൂടി ലഭിച്ചത്. ലാഹോർ സ്പിതി ജില്ലകളിൽ വ്യാപിച്ചുകിടക്കുന്ന ഹിമാലയത്തിന്റെ മഞ്ഞണിഞ്ഞ മടിത്തട്ടിൽ നിന്നാണ് ഇതിന്റെ ഉത്ഭവം. പഞ്ചനദികളിലൊന്നായ ചിനാബും ഇന്ത്യയിൽ ഉത്ഭവിച്ച് പാകിസ്ഥാനിലേക്കൊഴുകുയെത്തി സിന്ധുനദിയുമായി ചേരുന്നു. ചൈനയുടെ നദി എന്നാണ് ചിനാബ് പദത്തിനർഥം.

ഝലം

കാശ്മീരിൽ നിന്നാണ് ഝലം നദി ഉത്ഭവിക്കുന്നത്. ശ്രീനഗറിൽ നിന്നും 80 കിലോമീറ്റർ തെക്കുമാറി, മെരിനാഗ് എന്ന ഉറവയിൽ നിന്നാണിതിന്റെ പ്രവാഹം ആരംഭിക്കുന്നത്. പരന്ന്, കുതിച്ചു പായുന്ന നദിയാണ് ഝലം. മഞ്ഞുമൂടിയ മലനിരകളുടെ മനോഹാരിതയിൽ നിന്നൊഴുകി മണ്ണു കലർന്ന നിറത്തോടെ ശ്രീനഗറിനെ ഈ നദി കുളിരണിയി

ക്കുന്നു. *ഋഗ്വേദ*ത്തിലും പുരാണത്തിലും ഈ നദിയെക്കുറിച്ചുള്ള പരാമർശങ്ങളുണ്ട്. 400 കിലോമീറ്ററാണ് ഝലം ഇന്ത്യയിലൂടെ ഒഴുകുന്നത്. ഝലത്തിനു കുറുകെയുള്ള കാലപ്പഴക്കം ചെന്ന ഒമ്പതു പാലങ്ങൾ പ്രശസ്തിയാർജിച്ചവയാണ്. പാകിസ്ഥാനിലേക്കൊഴുകുന്ന ഈ നദിയും സിന്ധുവുമായി ഒത്തുചേരുന്നു.

ബിയാസ്

വിപാശ എന്നാണ് ബിയാസ് നദിയുടെ പൗരാണിക നാമധേയം. കുളു താഴ്‌വരയുടെ വടക്കു ഭാഗത്തുള്ള പീർപഞ്ചൽ മലനിരകളില റോഹ്താങ് പാസിനടുത്തുള്ള ചെറിയൊരു മഞ്ഞുകൂടാരത്തിൽ നിന്നാണ് ഇതിന്റെ ഉത്ഭവം. ഏകദേശം നാലായിരം മീറ്റർ ഉയരത്തിൽനിന്നുറന്നൊഴുകുന്ന ഈ നദിയുടെ പ്രധാന പ്രവാഹം ദക്ഷിണദിശയിലേക്കാണ്. ഹിമാചൽപ്രദേശിലെ ലാർജിയിൽ നിന്ന് പിന്നീടിത് പടിഞ്ഞാട്ട് ഒഴുകുന്നു. അവിടെ നിന്ന് പഞ്ചാബിലേക്ക് പ്രവേശിച്ചതിനുശേഷം കപൂർത്തലയ്ക്കടുത്തുവച്ച് ബീയാസ് സത്‌ലജിനോടു ചേരുന്നു. കുളു, കാൻഗ്ര തടങ്ങൾ ബിയാസിന്റെ സൃഷ്ടിയാണ്. പഞ്ചനദികളിൽ പാകിസ്ഥാനിലേക്ക് ഒഴുകാത്ത ഏകനദി ബിയാസ് ആണ്.

രാവി

ലോകപ്രശസ്ത സുഖവാസകേന്ദ്രമായ മണാലിയിൽ നിന്നാണ് രാവി ആവിർഭവിക്കുന്നത്. ഹിമാചൽ പ്രദേശിലെ കുളുവിനു വടക്കുഭാഗത്താണ് മണാലി. കാൽപ്പനികതയുടെ അപൂർവ സൗന്ദര്യം വിടർത്തുന്ന രാവി പർവതനിരകളിലൂടെ ഒഴുകി പഞ്ചാബിന്റെ സമതലത്തിലെത്തുന്നു. അമൃതസറിനടുത്തുവച്ചാണ് ഇത് പാകിസ്ഥാനിലേക്കു പ്രവേശിക്കുന്നത്. രാവിയുടെ വലതുകരയിലുള്ള മലമടക്കിലാണ് ചമ്പാനഗരം സ്ഥിതി ചെയ്യുന്നത്. പൗരാണിക സംസ്കൃതിയുടെ വിളനിലമായിരുന്നു ഈ നദീതീരം. കലകളെ പ്രോത്സാഹിപ്പിച്ച പുരാതന നാഗരിക സംസ്കാരത്തിന്റെ തെളിവുകൾ ചമ്പായിലെ ക്ഷേത്രശിൽപ്പത്തിലെ അത്ഭുതങ്ങളായി ഇന്നും നിലകൊള്ളുന്നു. രാവി പാകിസ്ഥാനിൽവച്ച് ചിനാബ് നദിയുമായി ചേരുന്നു.

കർണാലി

നേപ്പാളിലെ ഏറ്റവും വലിയ നദിയാണ് കർണാലി. മഞ്ജു, ഘഗാര എന്നീ പേരുകളിലും കർണാലി അറിയപ്പെടുന്നു. നേപ്പാളിൽ തെക്കുകിഴക്കു ദിശയിലേക്കാണ് ഈ നദിയുടെ പ്രവാഹം. 970 കിലോമീറ്റർ സഞ്ചരിച്ച് കർണാലി ഗംഗയുമായി കൂടിച്ചേരുന്നു. ഗംഗയുടെ ഒരു പ്രധാന പോഷകനദിയാണ് കർണാലി. സരയു, ദ്യോഹ എന്നിങ്ങനേയും ഈ നദിക്ക് പേരുകളുണ്ട്.

ബ്രഹ്മപുത്ര

ഇന്ത്യൻ നദികളിൽ പുരുഷനാമമുള്ള ഏക നദി ബ്രഹ്മപുത്രയാണ്. ഐതീഹ്യമനുസരിച്ച് ബ്രഹ്മാവിന്റെ പുത്രനാണ് കൈലാസത്തിൽ നിന്നുത്ഭവിക്കുന്ന ഈ നദി. ലോകത്തിലെ ഏറ്റവും നീളം കൂടിയ നദികളിലൊന്നാണിത്. 2990 കിലോമീറ്ററാണ് ഇതിന്റെ നീളം. ഇതിൽ 916 കിലോമീറ്റർ ഇന്ത്യയിലൂടെയാണ് ബ്രഹ്മപുത്രയുടെ യാത്ര. ഇന്ത്യയിലെ ചുവന്നനദി എന്നാണ് ഈ നദി അറിയപ്പെടുന്നത്. ആസാമിലൂടെ ഒഴുകുമ്പോൾ, അവിടത്തെ മണ്ണിന്റെ ചുവപ്പുരാശി നദിയിൽ കലരുമ്പോഴാണ് ബ്രഹ്മപുത്ര ചുവന്നനദിയായി മാറുന്നത്. തിബത്തിൽ ഉറവയെടുക്കുന്ന ഈ നദി തിബത്തും ഇന്ത്യയും ബംഗ്ലാദേശും പിന്നിട്ട് ബംഗാൾ ഉൾക്കടലിൽ പതിക്കുന്നു.

തിബത്തിൽ സാങ്പോ എന്നാണ് ബ്രഹ്മപുത്രയ്ക്ക് പേര്. അരുണാചൽ പ്രദേശിലെത്തുമ്പോൾ ദിഹാങ് എന്ന പേരിൽ ഈ നദി അറിയപ്പെടുന്നു. സംസ്കൃതത്തിൽ ലൗഹിത്യ എന്നും തീരദേശവാസികൾ ലൂയിറ്റ് എന്നും ബ്രഹ്മപുത്രയെ വിളിക്കുന്നു. ബ്രഹ്മപുത്രയുടെ ഒരു ശാഖ ഒഴുകി ബംഗ്ലാദേശിലെത്തി ജമുനയാകുന്നു. ആസാമിലാണ് ബ്രഹ്മപുത്ര അതേ പേരിൽതന്നെ ഒഴുകുന്നത്.

തിബത്തിൽ 3600 കിലോമീറ്റർ ഉയരത്തിലാണ് ഈ നദീപ്രവാഹം. ആസാമിൽ 150 മീറ്റർ ഉയരത്തിലും. ആസാമിൽവച്ച് ബ്രഹ്മപുത്രയിൽ ലയിക്കുന്ന നദിയാണ് ധൻസിരി. നാഗാലാൻഡിൽ നിന്നാണ് ഈ പോഷ

ബ്രഹ്മപുത്ര

കനദിയുടെ ഉത്ഭവം. കൈലാസത്തിൽ നിന്നുത്ഭവിക്കുന്ന സൂബൻഗിഗി നദി പക്ഷേ, ബ്രഹ്മപുത്രയുമായി ചേരുന്നത് അരുണാചൽപ്രദേശിൽ വച്ചാണ്. ബ്രഹ്മപുത്രയ്ക്ക് ധാരാളം പോഷകനദികളുണ്ട്. തിബത്തിലെ രംഗസാങ്പോ ആണ് ആദ്യത്തെ പോഷകനദി. ആസാമിൽവച്ച് 35 നദികളാണ് ബ്രഹ്മപുത്രയിൽ ലയിക്കുന്നത്.

ജലസമൃദ്ധമായ നദിയാണ് ബ്രഹ്മപുത്ര. വേനലായാലും വർഷമായാലും ഈ നദി ജലസമ്പന്നമാണ്. പലപ്പോഴും കര കവിഞ്ഞൊഴുകുന്നു ബ്രഹ്മപുത്ര. വേനലിൽ മഞ്ഞുരുകിയും വർഷത്തിൽ മലയിടിഞ്ഞും മണ്ണിടിഞ്ഞും ബ്രഹ്മപുത്ര വെള്ളപ്പൊക്കം തീർക്കുന്നു. ഈ ജലസമൃദ്ധി പോഷകനദികൾക്കും ബ്രഹ്മപുത്ര പങ്കുവെക്കാറുണ്ട്. തിബത്തിലും ആസാമിലും ജലയാത്രയ്ക്കനുയോജ്യമായ ഈ നദി അരുണാചൽ പ്രദേശിൽ പാറക്കെട്ടുകൾ താണ്ടി, വെള്ളച്ചാട്ടങ്ങൾ തീർത്താണ് ഒഴുകുന്നത്. ബംഗ്ലാദേശിൽ (പദ്മ) മേഘ്നാ നദിയുമായും ബ്രഹ്മപുത്ര ചേർന്നൊഴുകുന്നുണ്ട്.

ഗംഗാനദിയേക്കാൾ 400 മീറ്റർ കൂടുതൽ നീളം ഈ നദിക്കുണ്ട്. ആസാമിലെ ഏറ്റവും പ്രധാനപ്പെട്ട നഗരമായ ഗുവാഹതി ബ്രഹ്മപുത്രയുടെ തീരത്താണ്. ലോകത്തിലെ ഏറ്റവും വലിയ നദീതടവും ബ്രഹ്മപുത്രയുടേതാണ്.

യമുന

ഉത്തരാഞ്ചൽ സംസ്ഥാനത്തിലുള്ള ഉത്തരകാശി ജില്ലയുടെ ബന്ദർപുഞ്ച് ഹിമക്കൊടുമുടികൾക്കരികിലുള്ള കളിന്ദ് പർവതത്തിലെ സപ്തർഷികുണ്ഡ് ഹിമാനിയിൽ നിന്നാണ് യമുനാനദി ഉത്ഭവിക്കുന്നത്. യമുനോത്രിയാണ് യമുനയുടെ ഉറവിടം. യമുനോത്രി സമുദ്രനിരപ്പിൽ നിന്ന് 6330 മീറ്റർ ഉയരത്തിലാണ്. 1376 കിലോമീറ്ററാണ് യമുനാനദിയുടെ നീളം. ഹിമാലയത്തിലെ യമുനോത്രിയിൽ നിന്നുത്ഭവിച്ച് അലഹബാദുവരെ ഒഴുകിയെത്തി ഈ നദി ഗംഗയിൽ ലയിക്കുന്നു.

യമുന പുരാണപ്രസിദ്ധമാണ്. കാളിന്ദി എന്നും യമുനയ്ക്ക് പേരുണ്ട്. നീലനിറത്തിലുള്ള ദേവിയായാണ് യമുന ആരാധിക്കപ്പെടുന്നത്. കൈയിൽ കുടമേന്തിയ ഈ ദേവി ആമയുടെ പുറത്താണ് ഇരിക്കുന്നത്. ശ്രീകൃഷ്ണന്റെ ജന്മഭൂമിയായ മഥുര യമുനാനദിക്കരയിലാണ്. ശ്രീകൃഷ്ണന്റെ ബാല്യം ചെലവഴിച്ചത് യമുനയുടെ തീരങ്ങളിലാണ്. ശ്രീകൃഷ്ണനേയും വഹിച്ചുകൊണ്ടുള്ള വസുദേവരുടെ അമ്പാടിയാത്രയ്ക്ക് വഴിയൊരുക്കിക്കൊടുത്തതും ഈ നദിയാണ്. ഈ നദിയിലാണ് കാളിയൻ പാർത്തിരുന്നത്. ഇതിന്റെ തീരത്താണ് വൃന്ദാവനം. ശ്രീകൃഷ്ണ പ്രേമത്തിന്റെ പ്രവാഹിനിയാണ് യമുന.

മുംതാസിന്റെ ചിരസ്മരണയ്ക്ക് ഷാജഹാൻ വെണ്ണക്കല്ലിൽ തീർത്ത ലോകാത്ഭുതം, താജ്മഹൽ ആഗ്രയിൽ യമുനാനദിക്കരയിലാണ്. ഇന്ത്യ

യമുനയുടെ തീരത്തെ താജ്മഹൽ

യുടെ തലസ്ഥാനമായ ദൽഹിനഗരം ഈ നദീതീരത്താണ്. പർവതശൃംഗങ്ങളിൽ നിന്ന് താഴോട്ടുള്ള കുതിച്ചൊഴുക്കിൽ, ഒപ്പം ചേരുന്ന ചെറു നദികളാണ് ഋഷിഗംഗ, ഉമ, ഹനുമാൻ ഗംഗ തുടങ്ങിയവ. ഹിമാലയത്തിൽ നിന്നുത്ഭവിക്കുന്ന ടോൺസ് നദി ഹിമാചൽ പ്രദേശിന്റെ അതിർത്തിയിലൂടെ ഒഴുകി തെഹ്രി ജില്ലയുടെ പടിഞ്ഞാറ് ഭാഗത്ത് കൽസിയിൽ വച്ച് യമുനയുമായി ചേരുന്നു. അതിനുശേഷമാണ് സമതലങ്ങൾ തേടിയുള്ള യമുനയുടെ യാത്ര. അവിടെനിന്നും ഹിമാലയത്തിന്റെ അടിവാരത്തിലെത്തി തെക്കോട്ടും പിന്നീട് ഉത്തർപ്രദേശിന്റെയും ഹരിയാനയുടെയും അതിരുകളിലൂടെ വടക്കോട്ടും യമുന ഒഴുകുന്നു. മധ്യപ്രദേശിലെ ജനപ്പോമലയിൽ നിന്നുത്ഭവിക്കുന്ന ചമ്പൽ, യമുനയുടെ പോഷകനദിയാണ്. മധ്യപ്രദേശിലെ കെയ്ദൂർ മലയിൽ നിന്നുറവയെടുക്കുന്ന കെൻ നദിയും ഒഴുകിയെത്തുന്നത് ഗംഗയിലേക്കാണ്. അഹമ്മദാബാദിൽ യമുനാനദിയും ഗംഗയും ഒത്തുചേരുന്ന സ്ഥലം പ്രയാഗ് എന്നാണ് അറിയപ്പെടുന്നത്.

ഗംഗ

ഗംഗ ഭാരതത്തിന്റെ പുണ്യനദിയാണ്. മറ്റൊരു നദിക്കും അവകാശപ്പെടാനാകാത്ത വിശുദ്ധിയുടെ വാഹിനിയാണ് ഈ നദി. സമുദ്രനിരപ്പിൽ നിന്ന് 4225 മീറ്റർ ഉയരത്തിൽ, ഹിമാലയത്തിലുള്ള ഗോമുഖ് ഹിമാനിയുടെ ഒരു വശത്തുനിന്നാണ് ഗംഗ ഉത്ഭവിക്കുന്നത്. ഭാഗീരഥി എന്നാണ്

ഗംഗ

ഗംഗയ്ക്ക് ഇവിടെ നാമം. ഗോമുഖിലെ ചതുരംഗി ഹിമാനിയിൽ നിന്നുള്ള പ്രവാഹമാണ് ഗംഗയാകുന്നത്. ദേവപ്രയാഗിൽ വച്ച് ഭാഗീരഥിയും അളകനന്ദയും ഒന്നുചേരുന്നു. അതിൽ നിന്നാണ് ഗംഗ രൂപപ്പെടുന്നത്. ദേവപ്രയാഗിൽ നിന്നും ഗംഗാപ്രവാഹം ശിവാലിക് മലനിരകളിലൂടെയാണ്. അളകനന്ദയുടെ ഉത്ഭവം ബദരീനാഥിൽ നിന്നാണ്. ധാരാളം പോഷകനദികളുള്ള പ്രവാഹമാണ് ഗംഗ. ഭാഗീരഥി, അളകനന്ദ, പിണ്ടാർ, മന്ദാകിനി, ധൗളഗംഗ യമുന,സോൺ, മഹാനന്ദ, ദാമോദർ, ബ്രഹ്മപുത്ര, രൂപ് നാരായൺ, ഘാഘ്ര, കോസി, ഗണ്ഡക് എന്നിവയെല്ലാം ഗംഗയുടെ പോഷകനദികളാണ്.

ഹിമാലയത്തിൽ അനേകകാലം തപസ്സുചെയ്ത ഭഗീരഥനാണ് ഗംഗയെ ഭൂമിയിലേക്കു കൊണ്ടുവന്നതെന്ന് പുരാണം. ഫലഭൂയിഷ്ഠമായ ഗംഗാതടങ്ങളിൽ 30 കോടിയിലേറെ ജനങ്ങൾ അധിവസിക്കുന്നു. ഹിമാലയത്തിൽ നിന്നു പുറപ്പെടുന്ന ഗംഗ അതിന്റെ യാത്ര അവസാനിപ്പിക്കുന്നത് ബംഗാൾ ഉൾക്കടലിലാണ്. ഏഷ്യയിലെ ഏറ്റവും ജനസാന്ദ്രതയുള്ള പ്രദേശം ഗംഗാതടങ്ങളിലാണ്. വേനലിലും മഴയിലും ഗംഗ അതിന്റെ ജലസമൃദ്ധി കാത്തുസൂക്ഷിക്കുന്നു. പുരാണ പ്രസിദ്ധമായ തമസാനദി ഗംഗയുടെ പോഷകനദിയാണ്. 264 കിലോമീറ്ററാണ് തമസാനദിയുടെ നീളം. മറ്റൊരു പോഷകനദി ഗോമതിയാണ്. 940 കിലോമീറ്റർ നീളമുള്ള ഗോമതി ഉത്തർപ്രദേശിൽ നിന്നും ഉത്ഭവിക്കുന്നു. തിബത്തിൽ നിന്നുത്ഭവിക്കുന്നതും 1080 കിലോമീറ്റർ നീളമുള്ളതുമായ ഘാഘ്രനദി ബീഹാറിലെ ഛപ്രയിൽ വച്ചാണ് ഗംഗയുമായി സംയോജിക്കുന്നത്. തിബത്തിൽ നിന്നാണ് ഗണ്ഡക് നദി ഉത്ഭവിക്കുന്നത്. പട്ന

യിൽ വച്ച് ഈ നദി ഗംഗയിൽ ചേരുന്നു. നേപ്പാളിൽ നിന്നുത്ഭവിക്കുന്ന ബാഗ്മതി ഗംഗയുടെ പോഷകനദിയാണ്. കോസിനദിയുടെ ഉത്ഭവം ഗൗരീശങ്കർ, എവറസ്റ്റ്, കാഞ്ചൻജംഗ എന്നീ കൊടുമുടികളിൽ നിന്ന് ഒഴുകിയിറങ്ങുന്ന ഏഴ് അരുവികൾ കൂടിച്ചേർന്നാണ്. മധ്യപ്രദേശിൽ നിന്നാരംഭിക്കുന്ന സോൺ നദിക്ക് 784 കിലോമീറ്റർ ആണ് നീളം. ബീഹാറിൽ വച്ച് ഈ നദി ഗംഗയിൽ ലയിക്കുന്നു. ഹിമാലയത്തിൽ നിന്നു പുറപ്പെടുന്ന രാംഗംഗ കനൗജിൽവച്ച് ഗംഗയോടു ചേരുന്നു.

2525 കിലോമീറ്ററാണ് ഗംഗാനദിയുടെ നീളം. വിഷ്ണുപദി, ജാഹ്നമി, ജഹ്നുതനയ, സുരനിമ്നഗ, ഭാഗീരഥി, ത്രിപഥഗ, ത്രിസ്രോതസ്, മീഷ്മസു, ഭഗീരഥസുത, ദേവനദി, ഹൈമവതി, ജഹ്നുകന്യ, സമുദ്രമഹിഷി എന്നിങ്ങനെ ഗംഗയ്ക്ക് അനവധി പേരുകളുണ്ട്. ബദരീനാഥ്, ഋഷികേശ്, ഹരിദ്വാർ, വാരാണസി, അലഹബാദ് തുടങ്ങിയ ഒട്ടേറെ തീർഥാടന കേന്ദ്രങ്ങൾ ഗംഗാതീരത്താണ്. ഭാരതീയർക്ക് ഗംഗാനദി ഒരു ദേവതയാണ്. കൈകളിൽ താമരപ്പൂവും ജലകുംഭവുമേന്തിയ ദേവതയാണ് ഗംഗ.

7

ഹിമാനികളുടെ ഹിമാലയം

ഹിമപർവതങ്ങൾ മാത്രമല്ല ഹിമം നിറഞ്ഞ അനേകം ഹിമാനികളും ഹിമാലയത്തിലുണ്ട്. എന്നും മഞ്ഞുറഞ്ഞു കിടക്കുന്ന വിശാലമായ തടാകങ്ങളാണിവ. ഇവയിൽ നിന്നാണ് അനേകം നീരുറവുകളും നദികളും പിറവിയെടുക്കുന്നത്. ഗംഗോത്രിയിലെ ഗോമുഖ് ഹിമാനിയും യമുനോത്രി ഹിമാനിയും ഭാരതത്തിലെ പ്രസിദ്ധമായ രണ്ടു നദികളുടെ ഉറവിടങ്ങളാണ്. ധ്രുവപ്രദേശം കഴിഞ്ഞാൽ ലോകത്തിലെ ഏറ്റവും വലിയ ഹിമാനികളുള്ളത് ഹിമാലയത്തിലാണ്. ഗംഗോത്രിയും യമുനോത്രിയും പോലുള്ള വമ്പൻ ഹിമാനികളാണ് സെമു, കുംഭു മുതലായവയും.

ഹിമാനികളെ പ്രധാനമായും രണ്ടു വിഭാഗങ്ങളായി വേർതിരിക്കാം. ഒന്ന് ഹിമശേഖരണ പ്രദേശമാണ്. ഇത് ഹിമാനിയുടെ ഉപരിതലമാണ്. ഇവിടെയാണ് മഞ്ഞ് ഹിമമായി മാറുന്നത്. ഈ പ്രക്രിയയിൽ ഹിമാനിയുടെ വിസ്തൃതി വർധിക്കുന്നു. വിസ്തൃതി വർധിക്കുന്തോറും ഹിമാനിയുടെ ഘനവും കൂടി വരുന്നു.

രണ്ടാമത്തെ വിഭാഗം ഹിമച്ഛേദന പ്രദേശമാണ്. ഇത് ഹിമാനിയുടെ ഏറ്റവും താഴ്ന്ന ഭാഗമാണ്. ഇവിടെയാണ് ഹിമബാഷ്പീകരണം, മഞ്ഞുരുകൽ എന്നിവ നടക്കുന്നത്. നൂറ്റാണ്ടുകൾക്ക് മുമ്പ് ഹിമശേഖരണവും ഹിമവിച്ഛേദനവും തമ്മിൽ ഒരു സന്തുലിതാവസ്ഥ നിലനിന്നിരുന്നു. അതുകൊണ്ട് ഹിമാനികൾ മാറ്റമില്ലാതെ വർത്തിക്കുകയും ചെയ്തിരുന്നു. എന്നാൽ കാലാന്തരത്തിൽ താളപ്പിഴകൾ കണ്ടുതുടങ്ങി.

ആഗോളതാപനത്തിന്റെ ഫലമായി ഇപ്പോൾ ഹിമശേഖരണത്തേക്കാളേറെ ഹിമം ഉരുകിക്കൊണ്ടിരിക്കുകയാണ്. ഹരിതഗൃഹവാതകങ്ങളുടെ ക്രമാതീതമായ വർധനവാണ് ആഗോളതാപനത്തിന് വഴിവയ്ക്കുന്നത്. അതുവഴി അവ ഹിമാലയത്തെയും സാരമായി ബാധിക്കുന്നു. ഹിമാ

യാങ്ടീസ്

നികളിലെ മഞ്ഞുരുകലിന്റെ ഗതിവേഗം വർധിക്കുമ്പോൾ, ശേഖരിക്കപ്പെടുന്ന ഹിമത്തേക്കാളേറെ ഹിമം ഉരുകിത്തീരുമ്പോൾ അപകടത്തിലാകുന്നത് ജലസമൃദ്ധമായ നദികളുടെ നിലനിൽപ്പാണ്. കാലാകാലങ്ങളായി അനേകം തലമുറകൾക്കും സംസ്കാരങ്ങൾക്കും കുടിനീരു പകർന്ന ഗംഗ, സിന്ധു, ബ്രഹ്മപുത്ര, സാൽവീർ, മെക്കോംഗ്, യാങ്ടീസ്, ഗ്വാങ്ഹാ തുടങ്ങിയ നദികളെ ഈ മഞ്ഞുരുക്കം പ്രത്യക്ഷത്തിൽ തന്നെ ബാധിക്കും.

ഭൂമി തപിക്കാൻ തുടങ്ങുമ്പോൾ സമുദ്രനിരപ്പ് ഉയരും. ധ്രുവപ്രദേശങ്ങളിലേയും ഹിമസാനുക്കളിലേയും മഞ്ഞ് അതിവേഗം ഉരുകിത്തീരും. ഇതുമൂലം കൊടുങ്കാറ്റുകളും വെള്ളപ്പൊക്കവുമുണ്ടാകും. സമീപകാല

യാഥാർത്ഥ്യങ്ങൾ ഈ കാഴ്ച നമുക്കു മുമ്പിൽ വ്യക്തമായും അവതരിപ്പിച്ചിട്ടുണ്ട്.

ഹിമാനിയുടെ പ്രകൃതം നിശ്ചയിക്കുന്നതിൽ പല ഘടകങ്ങൾ കാരണമാകുന്നു. താപം, വിശ്ലേഷണം, കാറ്റിന്റെ വേഗത തുടങ്ങിയവ അവയിൽ ചിലതാണ്. ഇതിലേറ്റവും പ്രാധാന്യമർഹിക്കുന്നത് താപനിലയിലുള്ള വ്യതിയാനമാണ്.

ഉത്തരേന്ത്യയിൽ ജനങ്ങളുടെ 70 ശതമാനം ജലാവശ്യങ്ങളും ഹിമാനികളിൽ നിന്നുറവയെടുക്കുന്ന നദികളെ ആശ്രയിച്ചാണ് നിറവേറ്റുന്നത്. വർത്തമാനകാല പഠനങ്ങൾ ചൂണ്ടിക്കാട്ടുന്നത് ഹിമാനികളുടെ ഘനം കുറഞ്ഞുവരുന്നതായിട്ടാണ്. ഈ നില തുടർന്നാൽ 2035 ആകുന്നതോടെ ഹിമാലയത്തിലും ഇതരഭാഗങ്ങളിലുമുള്ള ഹിമാനികൾ അപ്രത്യക്ഷമാകുമത്രേ! ആരാണിതിനെല്ലാം ഉത്തരവാദി? എന്തായാലും കാലാന്തരങ്ങളായി നിലനിൽക്കുന്ന ഈ ഹിമാനികളുടെ സ്വയംകൃതാനർഥമല്ലിത്.

ഹിമാനികൾ അതിവേഗം ഉൾവലിഞ്ഞുക്കൊണ്ടിരിക്കുന്നതായി പഠനങ്ങൾ സൂചിപ്പിക്കുന്നു. പരിസ്ഥിതിസ്നേഹികളെയും മനുഷ്യസ്നേഹികളെയും ഒരുപോലെ വേദനിപ്പിക്കുന്ന ഒരു യാഥാർത്ഥ്യമാണിത്. ഭൂട്ടാൻ, ചൈന, ഇന്ത്യ, നേപ്പാൾ തുടങ്ങിയ ഹിമപ്രദേശങ്ങളിലെ മിക്ക ഹിമാനികളും പിൻവലിയുകയാണ്. 200ലധികം ഹിമതടാകങ്ങൾ അതിഗൗരവമായ അപകടാവസ്ഥയിലാണ്. കാലാവസ്ഥയിൽ ഇതുണ്ടാക്കുന്ന ആഘാതം നേരിട്ടനുഭവിക്കേണ്ടിവരുന്നത് ഈ പ്രദേശങ്ങളിലെ ജനവിഭാഗങ്ങളാണ്. ഹിന്ദുക്കുഷിലെ ഹിമാലയതടാകങ്ങൾ പിന്നോട്ടുള്ള യാത്ര ആരംഭിച്ചുകഴിഞ്ഞു. ഇതേ അവസ്ഥയിൽ തന്നെയാണ് കാരകോറം നിരകളിലെ ഹിമാനികളും. 1988 നും 1993 നും ഇടയ്ക്ക് ഭൂട്ടാൻ പ്രദേശത്തു മാത്രമായി വർഷത്തിൽ 163 മീറ്ററോളം ഹിമാനികൾ പിറകോട്ടു പോയതായി കണ്ടെത്തിയിട്ടുണ്ട്. ഹിന്ദുക്കുഷ് പർവതനിരകളിലെ 8790 ഹിമാനികളിൽ 2004 എണ്ണത്തിന്റെയും നിലനിൽപ്പ് അതിഗുരുതരാവസ്ഥയിലാണ്.

5000 മുതൽ 1500 വരെ വർഷങ്ങൾ കൊണ്ടാണ് ഹിമാനികൾ രൂപപ്പെടുന്നത്. എന്നാൽ അവ അപ്രത്യക്ഷമാകുന്നത് കേവലം ഒന്നോ രണ്ടോ നൂറ്റാണ്ടുകൾ കൊണ്ടാണെന്നറിയുമ്പോൾ ത്യാജഗ്രാഹ്യ വിവേചനമില്ലാത്ത പ്രവൃത്തികൾ മൂലം, ഭൂമുഖത്തെ ഏറ്റവും ധിഷണാസമ്പന്നനായ ജീവി, ഈ ഭൂമിക്കു വരുത്തി വെക്കുന്ന ഭീഷണിയെക്കുറിച്ചു ചിന്തിക്കാവുന്നതേയുള്ളൂ. ഓരോ ഹിമാനിയും ശുദ്ധജലത്തിന്റെ വലിയ ശേഖരങ്ങളാണ്. ഈ ഹിമാനികൾ ഉൾവലിയുമ്പോൾ ജലദാരിദ്ര്യം സംഭവിച്ചേക്കാം. മാത്രമല്ല, മലയിടിച്ചിൽ, നദിമാറി ഒഴുകൽ, വെള്ളപ്പൊക്കം എന്നിവയ്ക്കും ഇതു കാരണമാകുന്നു. ഹിമാനികൾ പലപ്പോഴും പിൻവലിഞ്ഞ് തടാകങ്ങൾക്കിടം നൽകുന്നു. ഈ തടാകങ്ങളിലെ ജലസംഭരണം കൂടുകയും ഹിമാനികളുടെ ഘനം കുറയുകയും ചെയ്യുമ്പോൾ ഹിമപർവതങ്ങളിൽ പൊട്ടലുണ്ടാകുന്നു. ഇതുവഴി ഹിമതടാകങ്ങളിലെ ജലം ശക്തി

യോടെ നിപതിക്കുന്നു. ഇതു മലയിടിച്ചിൽ സർവസാധാരണമാക്കുന്നു. നദികളിൽ നിനച്ചിരിക്കാതെ വെള്ളപ്പൊക്കമുണ്ടാകുന്നു. നദീമുഖങ്ങൾ അടഞ്ഞുപോകുകയും പുതിയ നദികൾ രൂപപ്പെടുകയും പഴയ നദികൾ വറ്റിപ്പോകുകയും ചെയ്യുന്നു.

1985 ൽ നേപ്പാളിലുണ്ടായ വെള്ളപ്പൊക്കം ഹിമാനിയുടെ തകർച്ച മൂലമാണ്. ഖുംബു ഹിമവൽ പ്രദേശത്തെ ദിഗ്ഷോ ഹിമതടാകം പൊട്ടി ലാഗ്മൊച്ചെ താഴ്വരയിലേക്കൊഴുകി. ഇതിനനുബന്ധമായാണ് മലയിടിച്ചിലും ഹിമപാതവുമുണ്ടായത്. അതിന്റെ ഫലമാകട്ടെ ലാഗ്മൊച്ചെയിൽ 100 മീറ്ററോളം ജലവിതാനം ഉയർന്നു. എല്ലാം വെള്ളത്തിലായി. കണക്കുകൂട്ടലുകളെ തെറ്റിച്ചുകൊണ്ട് വൻ നാശനഷ്ടങ്ങളുമുണ്ടായി.

8

ഭാരതത്തിന്റെ ഹിമാലയം

ഭാരതത്തിന്റെ ഹിമാലയപ്രദേശങ്ങൾ പ്രധാനമായും അഞ്ചു സംസ്ഥാനങ്ങളിലാണ് നിലകൊള്ളുന്നത്. ജമ്മു-കാശ്മീർ, ഹിമാചൽപ്രദേശ്, ഉത്തരാഞ്ചൽ, സിക്കിം എന്നിവയാണ് ഈ സംസ്ഥാനങ്ങൾ. ഇന്ത്യയിലെ ഹിമാലയൻ ഗിരിശൃംഗങ്ങളിൽ ഏറ്റവും ഉയരമുള്ളത് കാഞ്ചൻജംഗയ്ക്കാണ്. ചരിത്രാതീതകാലത്ത് ഈ ഹിമാലയ നിരകളിലൂടെ ആത്മാനേഷണ തൽപ്പരരായ ഋഷികൾ നടത്തിയ തീർഥാടന വേളകളിലായിരിക്കണം ഹിമാലയം എന്ന പേര് ഈ പർവതത്തിനു വന്നത്.

സഞ്ചാരികൾക്കെന്നും ഇന്ത്യൻ ഹിമാലയം പ്രിയങ്കരമായിരുന്നു. തീർഥാടനപഥങ്ങൾ, കൊച്ചുകൊച്ചു താഴ്വരകളിൽനിന്ന് നെടുതായി

ജമ്മുകാശ്മീരിലെ ഹിമാലയം

ഉയർന്നു നിൽക്കുന്ന മലനിരകൾ, മനോഹരമായ സഞ്ചാരപഥങ്ങൾ, മലനിരകളോടുചേർന്നു നിൽക്കുന്ന ഇടതൂർന്ന വനഭൂമികൾ, തൊട്ടടുത്ത് അതിശക്തമായ തണുപ്പിലുറഞ്ഞുകിടക്കുന്ന തരിശുഭൂമികൾ, എല്ലാത്തിലുമുപരി, എത്തിച്ചേരുന്നവർക്കെല്ലാം സ്നേഹസൗഹാർദങ്ങളോടെ ആതിഥേയത്വമരുളുന്ന നല്ല മനുഷ്യർ എന്നീ ഒട്ടേറെ സവിശേഷതകൾ ഈ ഹിമാലയ പ്രാന്തങ്ങൾ നെഞ്ചേറ്റുന്നു.

ജമ്മു -കാശ്മീർ

ജമ്മു-കാശ്മീർ ഭൂമിശാസ്ത്രപരമായി മൂന്നുതട്ടുകളിലാണ്. ഒന്ന് പർവതത്തിന്റെ അടിവാരത്തോടുചേർന്നുകിടക്കുന്ന ജമ്മുവിന്റെ സമതലങ്ങൾ. രണ്ടാമത്തേത് കാശ്മീരിലെ തടാകങ്ങളും നീലത്താഴ്വരകളും ഉൾക്കൊള്ളുന്ന പ്രദേശങ്ങളാണ്. മൂന്നാമത് ലഡാക്കിലെ പ്രൗഢഗംഭീരമായ, ചാരുതയാർന്ന ഹിമശൈലങ്ങളാണ്. മഞ്ഞുകാലത്ത് ജമ്മുവാണ് ഇവിടെ തലസ്ഥാന നഗരം. വേനൽക്കാലമായാൽ ആസ്ഥാനം ശ്രീനഗറാണ്. പർവതാരോഹണത്തിനും സാഹസികയാത്രകൾക്കും പ്രകൃതിഭംഗി ആവോളം നുകരുന്നതിനുമാണ് സഞ്ചാരികൾ അനുദിനമിവിടെ എത്തിച്ചേരുന്നത്. ഹിമാലയാരോഹണത്തിൽ ഏറ്റവും വലിയ വെല്ലുവിളി ഉയർത്തുന്നത് ലഡാക്ക്, കാശ്മീർ പ്രദേശങ്ങളിലെ ഹിമാനികളാണ്. ധ്രുവപ്രദേശത്തെ ഒഴിച്ചുനിർത്തിയാൽ ലോകത്തിലെ ഏറ്റവും വലിയ

സിയാചിൻ

ഹിമാനിയായ സിയാചിൻ ഇവിടെയാണ്. ലോകത്തിലെ ഏറ്റവും ശക്തമായ രണ്ടു പർവതനിരകളാണ് ലഡാക്കിലുള്ളത്. ഗ്രേറ്റർ ഹിമാലയ നിരകളും കാരകോറം നിരകളും. അതിശയിപ്പിക്കുന്ന ദൃശ്യങ്ങളുടെ ധാരാ

ളിത്തമാണിവിടെ. കണ്ണെത്താദൂരത്ത് ഉയരങ്ങളിൽ സ്ഥാനം പിടിച്ചിട്ടുള്ള ഗോംപകൾ, തരിശുഭൂമികൾ, അങ്ങുമിങ്ങും കാണപ്പെടുന്ന പച്ചപ്പിന്റെ തുരുത്തുകൾ, പാറകൾക്കുള്ളിൽ കൊത്തിമിനുക്കിയെടുത്ത പുരാതന കൊട്ടാരങ്ങൾ. ഇവയെല്ലാം ലഡാക്കിലുണ്ട്. നിരവധി പർവതപ്പാതകൾ ലഡാക്കിലൂടെ കടന്നുപോകുന്നു. ഇത് മിസ്റ്റിക് ലാമമാരുടെ നാടാണ്.

ലഡാക്ക് വളരെ ഉയരത്തിലുള്ള പീഠഭൂമിയാണ്. ഒട്ടനവധി തടാകങ്ങൾ പണ്ടിവിടെ ഉണ്ടായിരുന്നു.ഇന്നവശേഷിക്കുന്നത് അവയുടെ അടയാളങ്ങൾ മാത്രം. രൂപ്ഷു, ചുസൂൽ, സൊമോറിരി, സോകാർ, പാംങോങ് എന്നിവ അവയിൽ ചിലതാണ്.

ഹിമാചൽപ്രദേശ്

ഹിമത്തിന്റെ നാടാണ് ഹിമാചൽപ്രദേശ്. ഉൽകൃഷ്ടങ്ങളായ ഗിരിനിരകൾ, കണ്ണഞ്ചിപ്പിക്കുന്ന അരുവികൾ, ഉയരങ്ങളിലുള്ള പുൽമേടുകൾ, തുടുത്തഫലങ്ങളാൽ അലംകൃതമായ താഴ്വരകൾ തുടങ്ങി ഒട്ടേറെ മനോഭിരാമ ദൃശ്യങ്ങൾ ഇവിടെ പ്രകൃതി ഒരുക്കിയിരിക്കുന്നു. ഹിമാചലിന്റെ മിക്കഭാഗങ്ങളും വ്യതിരിക്തതയുള്ളവയാണ്. മഞ്ഞുപുതച്ച മലനിരകൾ, പാറക്കെട്ടുകളിൽ നിന്ന് തള്ളിനിൽക്കുന്ന താമസസ്ഥലങ്ങൾ,മഞ്ഞുരുകിയെത്തുന്ന അരുവികളൊഴുകുന്ന നിശ്ശബ്ദ നീലത്താഴ്വരകൾ, തലസ്ഥാനനഗരിയും സുഖവാസകേന്ദ്രവുമായ സിംല, സിംലയിലെ അന്തരീക്ഷത്തിലും പകിട്ടിലും ബ്രിട്ടീഷ് രാജിന്റെ ഗൃഹാതുരചിഹ്നങ്ങൾ എല്ലാം എല്ലാം സിംലയുടേതുമാത്രം.

പ്രകൃതിസൗന്ദര്യത്തിന്റെ നിറവാണ് സിംല. 18–ാം നൂറ്റാണ്ടിലാണ്

ഹിമാചൽപ്രദേശ്

ദലൈലാമ

മലഞ്ചെരുവിലെ ഈ നഗരം ഇന്നത്തെ രൂപത്തിലേക്കെത്തിയത്. ബ്രിട്ടീഷ് ഇന്ത്യയിൽ, ഇംഗ്ലീഷുകാരുടെ വേനൽക്കാല തലസ്ഥാനം സിംലയായിരുന്നു. ഒട്ടേറെ സുഖവാസ സ്ഥലികൾ ഹിമാചൽപ്രദേശിലുണ്ട്. വേനൽക്കാലത്തും കുളിരുപകരുന്ന സ്ഥലങ്ങളാണിവയെല്ലാം.ശാന്തസുന്ദരമായ പട്ടണമാണ് ഇവിടെയുള്ള ഡൽഹൗസി. രാവിനദിക്ക് കിഴക്കുഭാഗത്ത് ബുലന്ദർപർവത നിരകളുടെ പടിഞ്ഞാറെ അറ്റത്താണ് ഡൽഹൗസിയുടെ സ്ഥാനം. കുലാന്ത്പീഠം എന്നറിയപ്പെട്ടിരുന്ന കുളു ഇവിടെയാണ്. ഗ്രേറ്റർ ഹിമാലയത്തിന്റെ ആകാശം മുട്ടുന്ന ഔന്നത്യത്തിനപ്പുറം പ്രകാശവതിയായി ഒഴുകുന്ന ബിയാസ്നദിയുടെ തീരത്താണ് കുളുവിലെ മായികമായ വെള്ളിത്താഴ്വരകൾ. മലനിരകളാൽ ചൂഴ്ന്നു നിൽക്കുന്ന മണാലിയും ഹിമാചലിലാണ്. പുഷ്പകൃഷിയുടെ ഭൂമികയാണിത്. മണാലിയെ സ്നേഹിക്കാത്ത സാഹസികപ്രേമികളും സഞ്ചാരികളുമില്ല.

ഹൃദയഹാരിയായ പ്രകൃതിഭംഗിയുടെ നാടാണ് ഹിമാചൽ. ദലൈലാമ വസിക്കുന്ന ധരംശാല ഇവിടെയാണ്. പൈൻമരങ്ങൾ ധാരാളമുള്ള പ്രദേശമാണിത്. ദേവതാരുക്കളുമുണ്ട്. മനോഹരമായ ഹിമക്കാഴ്ചയും അരുവികളും സുഖശീതളമായ അന്തരീക്ഷവും ധരംശാലയുടെ മാറ്റു കൂട്ടുന്നു.

ഉത്തരാഞ്ചൽ

ദേവഭൂമി എന്നു വിശേഷിക്കപ്പെടുന്ന സംസ്ഥാനമാണ് ഉത്തരാഞ്ചൽ. വെണ്മയാർന്ന ഹിമാലയതൊട്ടിലിൽ ആഹ്ലാദവും ആശ്വാസവും പകർന്ന് ഉത്തരാഞ്ചൽ തീർഥാടകർക്കും വിനോദസഞ്ചാരികൾക്കും ഒരു പോലെ പ്രിയങ്കരിയാകുന്നു. ധാരാളം ക്ഷേത്രങ്ങൾ ഇവിടെയുണ്ട്. ടൂറിസമാണ് ഈ സംസ്ഥാനത്തിന്റെ പ്രധാന വരുമാനസ്രോതസ്സ്. പ്രതിവർഷം 8.3 കോടി വിനോദസഞ്ചാരികൾ ഇവിടെ എത്തുന്നു. ഈ സംസ്ഥാനത്തിന്റെ ഭൂരിഭാഗവും കാടുകളും മലകളുമാണ്. ഗംഗാ യമുനാ തടങ്ങളിലാണ് ഉത്തരാഞ്ചൽ ജീവിക്കുന്നത്. പൗരി, കസൗളി, റാണിഘട്ട് തുടങ്ങിയ പർവതതാവളങ്ങൾ സാഹസികയാത്രയ്ക്ക് പ്രസിദ്ധമാണ്. ജിംകോർബെറ്റ് നാഷനൽ പാർക്ക്, ചില്ല, ഗോവിന്ദ് പശുവിഹാർ, രാജാജി ദേശീയോദ്യാനം എന്നിവ ഉത്തരാഞ്ചലിലാണ്. റഷ്യയുടെ സഹായത്തോടെ നിർമിച്ച തെഹ്രി അണക്കെട്ടും ഇവിടെയാണ്. ഉത്താരഞ്ചൽ സംസ്ഥാനത്തെ രണ്ടുമേഖലകളായി തിരിക്കാം. ഒന്ന് കുമയൂൺ മേഖലയാണ്. മറ്റൊന്ന് ഗഢ്വാളും. ഗഢ്വാളിനെ ഉത്തരഖണ്ഡ് എന്നും വിളിക്കാറുണ്ട്. കേദാർ

തെഹ്‌രി അണക്കെട്ട്

നാഥ്, ബദരിനാഥ്, ഗംഗോത്രി, ഹരിദ്വാർ, ഋഷികേശ് എന്നിവ ഉത്തരഖണ്ഡിലാണ്. മൊത്തം 13 ജില്ലകളുള്ള ഉത്തരാഞ്ചലിലെ 7 ജില്ലകൾ ഗഢ്‌വാൾ പ്രദേശത്താണ്.ഹരിദ്വാർ,ഡെറാഡൂൺ ഉത്തരകാശി, പൗരി, തെഹ്‌രി, രുദ്രപ്രയാഗ്, ചമോലി എന്നിവയാണവ. ഉത്തരാഞ്ചലിന്റെ കിഴക്കുഭാഗത്താണ് കുമയൂൺ പർവതനിരകൾ. ഗഢ്‌വാൾ പടിഞ്ഞാറുഭാഗത്തുമാണ്. ഇന്ത്യയിലെ സ്വിറ്റ്സർലാൻഡ് എന്നറിയപ്പെടുന്ന കസൗളി ഉത്തരാഞ്ചലിലെ കുമയൂണിലാണ്. 1819 മീറ്റർ ഉയരത്തിൽ സ്ഥിതിചെയ്യുന്ന കസൗളിയുടെ ചുറ്റും ചൗഖംബ, നന്ദാഘുണ്ടി, ത്രിശൂൽ, നന്ദാദേവി, നന്ദാഘട്ട്, നന്ദാകോട്ട്, പഞ്ചഝൂല തുടങ്ങിയ ഹിമാലയൻ കൊടുമുടികളാണ്. ഗാന്ധിജി 14 ദിവസം ചെലവഴിച്ച അദ്ദേഹത്തിന്റെ അനാസക്തി ആശ്രമം കസൗളിയിലാണ്. കസൗളിയും കുമയൂൺ മലനിരകളുമുള്ളപ്പോൾ എന്തിനു സ്വിറ്റ്സർലൻഡിൽ പോകണം, എന്നാണ് മഹാത്മജി അഭിപ്രായപ്പെട്ടിട്ടുള്ളത്. ഇന്ത്യയുടെയും തിബത്തിന്റെയും അതിരിലാണ് കുമയൂൺ മലനിരകളുടെ താഴ്‌വാരം. രുദ്രാപൂർ, ഉത്തം സിംഗ്നഗർ, നൈനിറ്റാൾ, ചമ്പാവത്, അൽമോറ, പിതോറാഗഢ്, ഭാഗേശ്വർ എന്നീ ആറ് ജില്ലകളാണ് കുമയൂണിലുള്ളത്. മാനാഖണ്ഡ് എന്നൊരു വിശേഷണംകൂടി ഈ ഉത്തരാഞ്ചൽ പ്രദേശത്തിനുണ്ട്. കൈലാസ്–മാനസസരോവർ യാത്രയുടെ ചുമതല വഹിക്കുന്ന കുമയൂൺ മണ്ഡൽ വികാസ് നിഗം ലിമിറ്റഡ് ഇവിടെയാണ്. ലാൽ–സംഗാ എന്നു മുമ്പുവിളിക്കപ്പെട്ടിരുന്ന പ്രദേശമാണ് ചമോലി എന്നു പുനർനാമകരണം ചെയ്യപ്പെട്ടത്. 1964 ൽ സ്ഥാപിച്ച ചമോലി ജലവൈദ്യുത പദ്ധതി ഇവിടെയാണുള്ളത്.

ധ്യാനത്തിന്റെ, തപസ്സിന്റെ, മോക്ഷത്തിന്റെ ഭൂമിയാണ് ഉത്തരാഞ്ചൽ. ഗൗരികുണ്ഡ്, ഭദ്രനാഥ്, അനസൂയാദേവി, ഹനുമാൻചട്ടി, ഹേമകുണ്ഡ്, നരേന്ദ്രനഗർ, ഗുപ്തകാശി, അഗസ്ത്യമുനി, ദേവപ്രയാഗ്, തുംഗനാഥ്,

രുദ്രപ്രയാഗ്, ടിൽവാറ, പിപ്പലികോട്ടി, രാംപൂർ, ഗോവിന്ദ്ഘട്ട് തുടങ്ങിയ പ്രസിദ്ധ സ്ഥലങ്ങളും ഉത്തരാഞ്ചലിൽ ഗഢ്വാൾ പ്രദേശത്താണ്. നന്ദാദേവി, കാമെറ്റ്, ഭൃഗുപന്ത്, ചൗഖംബ, ദേവ്തോലെ, ത്രിശൂൽ,ദൂനഗിരി, ഗംഗോത്രി, നീലകണ്ഠ്, ഗാമിൻഭാഗീരഥി, കേദാർനാഥ്, മാനാ, മേരു, ഹർദേവൽ, മുകുറ്റ്, സതോപന്ത് തുടങ്ങിയ കൊടുമുടികളും ഇവിടെയാണുള്ളത്. ഇവയെല്ലാം തന്നെ 20000 അടിയിലധികം ഉയരത്തിലുമാണ്. 19000 അടിക്കുമുകളിൽ സ്ഥിതിചെയ്യുന്ന ഗിരിശൃംഗങ്ങളാണ് സ്വർഗാരോഹിണി, നരനാരായൺ, ഹനുമാൻശിഖർ, അളകാപുരി, ജ്ഞാൻകുണ്ഡ് തുടങ്ങിയവ. 15000 മുതൽ 26700 അടിവരെ ഉയരമുള്ള 106 കൊടുമുടികൾ ഉത്തരാഞ്ചലിലുണ്ട്.

വിദ്യാഭ്യാസത്തിന് വിശ്വപ്രസിദ്ധമായ സ്ഥലമാണ് ഡെറാഡൂൺ. ബദരീനാഥിലേക്കുള്ള യാത്രാമദ്ധ്യേയാണ് ഹനുമാൻഛട്ടി. ഇവിടെ നിന്നാണത്രേ, രാമരാവണയുദ്ധത്തിൽ ലക്ഷ്മണനെ പുനരുജ്ജീവിപ്പിക്കാൻ ഹനുമാൻ മൃതസഞ്ജീവനി കൊണ്ടുപോയത്. ബദരീനാഥനെ ഇവിടെയിരുന്ന് തപസ്സുചെയ്ത് ഹനുമാൻ പ്രത്യക്ഷമാക്കിയെന്നുമുണ്ട് വിശ്വാസം. കല്യാണസൗഗന്ധികം തേടിപ്പോയ ഭീമസേനന്റെ അഹന്തയ്ക്കറുതി വരുത്താൻ ഹനുമാൻ വൃദ്ധവാനരനായികിടന്നതും ഇവിടെയാണെന്ന് വിശ്വസിക്കപ്പെടുന്നു. 2280 മീറ്റർ ഉയരത്തിലാണ് ഹനുമാൻഛട്ടി. അളകനന്ദ ഇതിലൂടെ ഒഴുകുന്നു. വെള്ളച്ചാട്ടങ്ങളും കൊച്ചരുവികളും ഹിമനിബിഢമായ കൊടുമുടികളും പൈൻ, ദേവതാരു, കോണിഫർ മുതലായ തരുക്കളും ഈ പ്രദേശത്തിന് ചാരുത കൂട്ടുന്നു.

കിനൗർ കുന്നുകളിലുള്ള ഒരു കൊച്ചുപട്ടണമാണ് മുസൂറി. ഇത് ഗഢ്വാൾ മലനിരകളിലാണ്. പ്രകൃതിസൗന്ദര്യത്തിന്റെ നിറവ് ഇവിടെ കാണാനാകും. താഴ്വരകൾ വനസമൃദ്ധമാണ്. 64 ചതുരശ്രകിലോമീറ്റർ വിസ്തൃതിയുള്ള ഇവിടെ ഒരു ജൈനക്ഷേത്രവുമുണ്ട്. 1827 ൽ ക്യാപ്റ്റൻ യൂങ് നിർമിച്ചതാണ് ഈ ക്ഷേത്രം. മലനിരകളുടെ രാജ്ഞിയാണ് മുസൂറി.

ഉയർന്നുനിൽക്കുന്ന ഹിമമുടികൾക്കു നടുവിൽ കടുത്ത പച്ചനിറമുള്ള വലിയൊരു തടാകമാണ് സതോപന്ത്. മനോജ്ഞമായ ഈ തടാകത്തിന് ത്രികോണാകൃതിയാണുള്ളത്. ബ്രഹ്മ വിഷ്ണു മഹേശ്വരന്മാർ ഇതിന്റെ ഓരോ മൂലയിലും തപസനുഷ്ഠിച്ചിട്ടുണ്ടെന്നാണ് വിശ്വസിക്കപ്പെടുന്നത്. ഇതിനുചുറ്റുമുള്ള പർവതങ്ങൾക്കും പച്ചരാശി കലർന്നിട്ടുണ്ട്. ഈ തടാകക്കരയിൽ നിരവധി ഗുഹകളുണ്ട്. ഇന്ത്യയുടെയും തിബത്തിന്റെയും അതിർത്തിയിലുള്ള നന്ദാദേവി കൊടുമുടിക്കു സമീപമുള്ള ചൗഖംബ കൊടുമുടിയിൽ നിന്നും പിറക്കുന്ന ഹിമനദിയാണ് സതോപന്ത് ആകുന്നത്. നന്ദാദേവി കൊടുമുടിയുടെ ഉയരം 7816 മീറ്ററാണ്. ഈ ഗിരിശൃംഗത്തിനു ചുറ്റുമുള്ള മറ്റു കൊടുമുടികളാണ് ത്രിശൂൽ, ദുനാഗിരി, നന്ദഘുണ്ടി, ഖുഗ്തുണി, മെയ്തോലി തുടങ്ങിയവ. നന്ദാദേവി, കിഴക്കുപടിഞ്ഞാറായി കിടക്കുന്ന 2 കിലോമീറ്റർ നീളമുള്ള ഇരട്ടപർവതമാണ്. ഇതിന്റെ പടിഞ്ഞാറ് ഭാഗത്തിനാണ് ഉയരംകൂടുതൽ. 1950 വരെ

ഏറ്റവും ഉയർന്നപർവതമായി കണക്കാക്കപ്പെട്ടിരുന്നത് നന്ദാദേവിയാണ്. നോയൽ ഓഡൻ എന്ന ബ്രിട്ടീഷുകാരനാണ് 1936 ൽ ആദ്യമായി ഈ ഹിമശിഖരം കാൽക്കീഴിലാക്കിയത്.

കുമയൂൺ ഹിമാലയത്തിന് കൂർമാചലം എന്നും പേരുണ്ട്. കുമയൂണിലെ ചമ്പാവത് എന്ന സ്ഥലത്താണ് മഹാവിഷ്ണുവിന്റെ കൂർമാവതാരമുണ്ടായതെന്നു വിശ്വസിക്കപ്പെടുന്നു. ഹിമാലയത്തിന്റെ മടിത്തട്ടിൽ ഹിമക്കൊടുമുടികളും പച്ചപ്പുൽമേടുകളും പുഷ്പപ്രപഞ്ചവും നിശ്ചല തടാകങ്ങളും നീർച്ചാലുകളും സസ്യലതാദികളും കനത്തകാടുകളും കുലം കുത്തിയൊഴുകുന്ന നദികളും സരോവരങ്ങളും നിറഞ്ഞ, ചാരുത പകരുന്ന ഈ പ്രദേശം ആരെയാണ് ആകർഷിക്കാത്തത്!

സമുദ്രനിരപ്പിൽ നിന്ന് 4000 അടി ഉയരത്തിലാണ് ഉത്തരകാശി. വാരണാവത പർവതത്തിന്റെ പാർശ്വഭാഗത്തുള്ള ഈ പ്രദേശത്തുകൂടി ഭഗീരഥി ഒഴുകുന്നു. ഡോസിതാൽ തടാകത്തിൽ നിന്നുത്ഭവിക്കുന്ന അസിയും വരുണാനദിയും ഭഗീരഥിയിൽ ലയിച്ച് വാരണാസിയാകുന്നു. ഉത്തരകാശി ഒരു പൗരാണിക നഗരമാണ്. പ്രസിദ്ധമായ വിശ്വനാഥക്ഷേത്രം ഇവിടെയുണ്ട്. നിശ്ശബ്ദമായ ഈ പ്രദേശം സൗമ്യകാശി എന്നും അറിയപ്പെടുന്നു. ഭാരതത്തിന്റെ ആത്മീയതേജസ് ഏറ്റവും കൂടുതൽ അനുഭവവേദ്യമാകുന്ന സ്ഥലമാണിത്. പ്രശാന്ത വനഭൂമികളും പച്ചപുതച്ച പർവതങ്ങളും

ഭഗീരഥി നദി

ആശ്രമങ്ങളും തപോവനങ്ങളുമുള്ള ഉത്തരകാശി സന്യാസിമാരുടെ വിഹാരഭൂമിയാണ്.

ഹിമപാതവും മൂടൽമഞ്ഞും പേമാരിയും ഹിമക്കാറ്റും ഉത്തരാഞ്ചലിൽ സർവസാധാരണമാണ്. ഉയർന്ന പർവതനിരകളും അഗാധമായ മലയിടുക്കുകളും വിസ്തൃത വനങ്ങളും, പുൽമേടുകളും ഉത്തരാഞ്ചലിന്റെ സവിശേഷതകളാണ്. മധ്യപഹാഡിയാണ് ഇവിടെ ഉപയോഗിക്കപ്പെടുന്ന ഭാഷ. സസ്യതരു വൈവിധ്യത്തിലും ജന്തു വൈവിധ്യത്തിലും ഉത്തരാഞ്ചൽ മറ്റേതൊരു സംസ്ഥാനത്തിനും മുൻപിൽ തന്നെയാണ്.

സിക്കിം

ഹിമവാന്റെ മടിത്തട്ടിലാണ് സിക്കിമിന്റെ സ്ഥാനം. ഇന്ത്യയിലെ ഏറ്റവും ചെറിയ സംസ്ഥാനവും ഇതാണ്. നേപ്പാൾ, ഭൂട്ടാൻ, തിബത്ത് എന്നിവ സിക്കിമിന്റെ അതിർത്തി പങ്കിടുന്ന രാജ്യങ്ങളാണ്. പശ്ചിമ

സിക്കിമിലെ ബുദ്ധവിഹാരങ്ങൾ

ബംഗാളും ചൈനയും സിക്കിമിനോടു ചേർന്നു തന്നെയാണ്. സിക്കിം എന്ന മായിക പ്രദേശത്തിന്റെ രക്ഷകനായ ദൈവമാണ് കാഞ്ചൻജംഗ. മൂടൽമഞ്ഞു പുതച്ച ഈ പർവതം സിക്കിമിന്റെ ഭൂവിഭാഗത്തിന്റെയും ജനവിഭാഗത്തിന്റെയും സംരക്ഷകനാണ്. 7300 ചതുരശ്രകിലോമീറ്റർ വിസ്തൃതിയാണ് ഈ കൊച്ചു സംസ്ഥാനത്തിനുള്ളത്. കൊടുമുടികളും കൊടുങ്കാടുകളും പർവതനിരകളും വെള്ളച്ചാട്ടങ്ങളും സിക്കിമിനെ മനോ

ഹരിയാക്കുന്നു. സിക്കിം പുഷ്പസമൃദ്ധമാണ്. 450 തരം ഓർക്കിഡുകൾ ഇവിടെയുണ്ട്. ഇന്ത്യയിലെ ഏറ്റവും ഉയരത്തിലുള്ള ഈ സംസ്ഥാനത്ത് 600 ഇനങ്ങളിൽപ്പെട്ട ചിത്രശലഭങ്ങളുണ്ട്. മണ്ണിലും വിണ്ണിലും ബുദ്ധമത സാന്നിധ്യമുള്ള നാടാണ് സിക്കിം. 70 ബുദ്ധവിഹാരങ്ങളുണ്ടിവിടെ. പ്രസിദ്ധമായ റംടെക് മൊണാസ്ട്രി ഇവിടെയാണ്. ചൈനയുടെയും തിബത്തിന്റെയും പ്രകടമായ സ്വാധീനം സിക്കിമിന്റെ ജനജീവിതത്തിലുണ്ട്. മഞ്ഞിൽക്കുളിച്ച് മലഞ്ചെരുവിൽ നിലകൊള്ളുന്ന ഗാംഗ്ടോക് നഗരം പുഷ്പസമൃദ്ധവും വൃത്തിയുള്ളതുമാണ്. ഓം മണി പദ്മേഹും എന്നെഴുതിയ പ്രാർഥനാമണികളുടെ നാടാണിത്. മെറൂൺ നിറത്തിലുള്ള വസ്ത്രങ്ങൾ ധരിച്ച കുട്ടിലാമമാർ, കാറ്റിലുലയുന്ന പതാകകൾ, ചിത്രാലങ്കാരങ്ങളുള്ള തംകകൾ, സുവർണബുദ്ധപ്രതിമകൾ എല്ലാം സിക്കിമിനെ മറ്റു സംസ്ഥാനങ്ങളിൽ നിന്നു വ്യത്യസ്തമാക്കുന്ന കാഴ്ചകളാണ്.

9

ഹിമവാനെ കണ്ടുണരുന്ന സപ്ത സോദരിമാർ

ഹിമാലയത്തിന്റെ താഴ്‌വരയിലുള്ള ഏഴ് ഉത്തരേന്ത്യൻ സംസ്ഥാനങ്ങളാണ് സപ്തസോദരിമാർ എന്നറിയപ്പെടുന്നത്. ആസാം, അരുണാചൽപ്രദേശ്, നാഗാലാൻഡ്, മണിപ്പൂർ, മിസോറാം, മേഘാലയ, ത്രിപുര എന്നിവയാണ് ഈ സഹോദരിമാർ. ഓരോ സംസ്ഥാനവും വിഭിന്നമായ സവിശേഷതകളാൽ ശ്രദ്ധേയമാണ്. മഞ്ഞണിഞ്ഞ ഹിമാലയ സാന്നിധ്യമുള്ളതിനാൽ ഒക്ടോബർ മുതൽ മാർച്ചു വരെയാണ് ഇവിടെ സന്ദർശനത്തിനനുയോജ്യമായ കാലാവസ്ഥയുള്ളത്. ആനന്ദിപ്പിച്ചും വെല്ലുവിളികൾ ഉയർത്തിക്കൊണ്ടും അനേകായിരം മാനവഹൃദയങ്ങളെ ഈ മനോഹര ഭൂവിഭാഗങ്ങൾ എന്നും ആകർഷിച്ചുകൊണ്ടേയിരിക്കുന്നു.

അസം

ലോകത്തിലെ ഏറ്റവും വലിയ നദീദ്വീപായ മജുളിയുടെ ആസ്ഥാനമാണ് അസം. പാരമ്പര്യങ്ങളുടെയും നാട്ടുസംസ്കാരത്തിന്റെയും നാട്.

മജുളി നദീദ്വീപ്

അസമിന്റെ ജനജീവിതത്തെയും ഭൂവിഭാഗത്തെയും നനച്ചുവളർത്തുന്ന ബ്രഹ്മപുത്രാനദി. ഗുവാഹതിയാണ് ഇതിന്റെ തലസ്ഥാനം. ഇവിടെ കുന്നിൻമുകളിലാണ് പ്രസിദ്ധമായ കാമഖ്യക്ഷേത്രമുള്ളത്. ഇവിടം വലിയൊരു കച്ചവടകേന്ദ്രമാണ്, കടുംപച്ചനിറത്തിലുള്ള തേയിലത്തോട്ടങ്ങൾകൊണ്ട് അലംകൃതമായ നാടാണ് അസം. പൊയ്പോയ കാലത്തിന്റെ മഹിമകളെ തൊട്ടുണർത്തുന്ന അനേകം പുരാവസ്തു നഷ്ടാവശിഷ്ടങ്ങളുടെ നാടുകൂടിയാണ് അസം.

അരുണാചൽപ്രദേശ്

തിബത്തിൽ നിന്നും മ്യാൻമറിൽ നിന്നും കുടിയേറിയവരുടെ നാടാണ് വിദൂരസ്ഥമായ അരുണാചൽപ്രദേശ്. പല ഗോത്രവർഗങ്ങൾ ഇവിടെ ജീവിച്ചുവരുന്നുണ്ട്. മനുഷ്യസ്പർശമേൽക്കാത്ത കാടുകൾ, അഗാധമായ മലയിടുക്കുകൾ, ഗ്രാമങ്ങൾ, തീർഥാടനകേന്ദ്രങ്ങൾ, ചൂരൽ പാലങ്ങൾ എന്നിവ അരുണാചലിന്റെ സവിശേഷതകളാണ്. ഇന്ത്യയിലെ ഏറ്റവും വലിയ ബുദ്ധവിഹാരങ്ങളിലൊന്നായ തവാങ് ബുദ്ധവിഹാരം ഇവിടെയാണ്. തലസ്ഥാനമായ ഇറ്റാനഗർ ഗോത്രവർഗപ്രദേശമാണ്. ബോംഡില്ല് പ്രകൃതിഭംഗികൊണ്ടും ബുദ്ധക്ഷേത്രങ്ങൾകൊണ്ടും അനേകരെ ആകർഷിക്കുന്നു. ഇവിടെയുള്ള രൂപാധിരാങ് താഴ്വരകൾ മനോഹരികളാണ്. പരശുറാംകുണ്ഡാണ് അരുണാചലിലെ പ്രധാനപ്പെട്ട

തവാങ് ബുദ്ധവിഹാരങ്ങൾ

ഒരു ഹിന്ദു തീർഥാടനകേന്ദ്രം. ഭൂട്ടാൻ, ചൈന, മ്യാന്മർ, അസം എന്നിവയുമായി അതിർത്തി പങ്കിടുന്ന ഈ സംസ്ഥാനത്തിലെ പ്രധാന നദികൾ സുബാൻസിരി, ബ്രഹ്മപുത്ര, ലോഹിത് എന്നിവയാണ്.

നാഗാലൻഡ്

നിറങ്ങളുടെയും സംഗീതത്തിന്റെയും ലോകമാണ് നാഗാലൻഡ്. മനോഹരങ്ങളായ ഗ്രാമങ്ങൾ, ഹരിതാഭയാർന്ന പ്രകൃതിദൃശ്യങ്ങൾ വർണ്ണശബളമായ തുണിത്തരങ്ങൾ തുടങ്ങി അനവധി ആകർഷണീയതകൾ നാഗാലൻഡിനുണ്ട്. ക്രിസ്തുമത സ്വാധീനം ഏറെയുള്ള ഈ സംസ്ഥാനം ഓറഞ്ചിന്റെയും പൈനാപ്പിളിന്റെയും നാടാണ്. നാഗന്മാർ എന്നാണ് നാഗാലൻഡുകാർ അറിയപ്പെടുന്നത്. സ്വന്തമായ സംസ്കാരവും ഭാഷയുമുള്ള നിരവധി ഗോത്രങ്ങൾ ഇവിടെയുണ്ട്. പ്രധാന നഗരം കൊഹിമയാണ്. ഇവിടെയാണ് യുദ്ധസ്മാരകവും മ്യൂസിയവുമുള്ളത്. പൗരാണിക അവശിഷ്ടങ്ങളുള്ള ദിമാപൂർപ്രദേശവും ബാരമതി കൊടുമുടിയും ആകർഷകങ്ങളാണ്. ധൻസിരി, ഡയാംഗ്, ദിഖു, ജംജി എന്നിവയാണ് നാഗാലൻഡിലെ പ്രധാനപ്പെട്ട നദികൾ.

മണിപ്പൂർ

വൈഷ്ണവവിശ്വാസികളുടെയും വ്യത്യസ്ത നൃത്തരൂപങ്ങളുടെയും കായികകലകളുടെയും നാടാണ് മണിപ്പൂർ. ഇതൊരു ഗോത്രവർഗഭൂമികയാണ്. മെയ്തെയീസ്, കുക്കീസ്, നാഗന്മാർ എന്നിവരാണ് മണിപ്പൂരിലെ പ്രധാന ജനവിഭാഗങ്ങൾ. തിബത്തൻ ജനതയോട് സദൃശ്യമായ ഇവരുടെ മംഗോളിയൻ ഛായയും ഭാഷയും സംസ്കാരവും സവിശേഷതകളാണ്. ഇംഫാലാണ് തലസ്ഥാനം. കൗരകൗശല വസ്തുക്കൾക്ക് പേരുകേട്ട ഇവിടെ ക്ഷേത്രങ്ങളും കൊട്ടാരങ്ങളുമുണ്ട്. ലോക്താക്

ലോക്താക് തടാകം

തടാകം മണിപ്പൂരിലാണ്. ബിഷൻപൂരിലാണ് വിഷ്ണുക്ഷേത്രം. ഇറിൽ, തൗബാൽ, ഇംഫാൽ, ബാരക് എന്നിവ പ്രധാന നദികളാണ്. നാട്ടുസംസ്കാരത്തിന്റെ വേദിയാണ് മണിപ്പൂർ. സ്ത്രീകളാൽ നടത്തപ്പെടുന്ന ഇമാ (അമ്മ) മാർക്കറ്റ് ഇവിടെ ശ്രദ്ധേയമാണ്.

ത്രിപുര

മൂവായിരത്തിൽപ്പരം വർഷങ്ങളുടെ ചരിത്രപശ്ചാത്തലമുള്ള ചെറിയ സംസ്ഥാനമാണ് ത്രിപുര. സമുദ്രഗുപ്തന്റെ ശിലാശാസനങ്ങളിൽ ത്രിപു

ജഗന്നാഥക്ഷേത്രം

രയെക്കുറിച്ചുള്ള പരാമർശങ്ങളുണ്ട്. നൃത്തം, സംഗീതം തുടങ്ങിയവയിൽ സാമർത്ഥ്യം പ്രകടിപ്പിക്കുന്നവരാണ് ത്രിപുരക്കാർ. ജഗന്നാഥക്ഷേത്രം, ലക്ഷ്മീ നാരായണക്ഷേത്രം, ഉജ്ജയനി കൊട്ടാരം, നീർമഹൽ, ചരിത്രാവശിഷ്ടങ്ങൾ എന്നിവ ഇവിടേക്ക് സഞ്ചാരികളെ ആകർഷിക്കുന്നു. മലകളും പുൽമേടുകളും പൈൻമരക്കാടുകളും മനോഹരമായ വെള്ളച്ചാട്ടങ്ങളും പ്രകൃതിസ്നേഹികളെ ഹരം കൊള്ളിക്കുന്നു. ഗുംതി, മാനു, ഹോറാ, മുഹൂറി, ദിയോ എന്നിവയാണ് പ്രധാന നദികൾ.

മിസോറാം

മലിനീകരണം താരതമ്യേന കുറവുള്ളതും പ്രകൃതിയുടെ പച്ചപ്പ് നിലനിർത്തുന്നതുമായ സംസ്ഥാനമാണ് മിസോറാം. പൂക്കളുടെയും കാടുകളുടെയും നാടാണിത്. ഇവിടെ മനുഷ്യർ പ്രകൃതിയോടിണങ്ങിയാണ് ജീവിക്കുന്നത്. സോനായ്, തൂയിവാൾ, തവാങ് എന്നിവയാണ് പ്രധാന നദികൾ. കൈത്തറിയും കരകൗശലവസ്തുക്കളുമാണ് പ്രധാന പരമ്പരാഗത വ്യവസായങ്ങൾ. മംഗോളിയൻ വംശജരാണ് ഇവിടത്തെ ആദിമ നിവാസികൾ. ലുഷായ് മലകളായിരുന്നു ഇവരുടെ താവളം. ടാംഡിൽ തടാകം, സൈഹതടാകം എന്നിവ ഇവിടെ സഞ്ചാരികളെ ആകർഷിക്കുന്നു.

മേഘാലയ

ഘാസി, ഗാരോ എന്നീ പ്രാചീന ഗിരിവർഗഗോത്രങ്ങളുടെ ഭൂമികയാണ് മേഘാലയ. കിഴക്കിന്റെ സ്കോട്ട്ലൻഡ് എന്നറിയപ്പെടുന്ന ഷില്ലോങ്, ചിറാപ്പുഞ്ചി, മോസ്മായ് വെള്ളച്ചാട്ടം, ഉമിയാം തടാകം എന്നിവ മേഘാലയയിലാണുള്ളത്. മനോഹരമായ ഭൂപ്രകൃതിയാൽ സമ്പന്നമായ ഈ സംസ്ഥാനത്തിലെ 85 ശതമാനം ജനങ്ങളും ഗോത്രവർഗക്കാരാണ്. ക്രിസ്തുമതത്തിനാണ് ഇവിടെ സ്വാധീനം കൂടുതൽ. സിഗാംഗ്, മാണ്ട, ജിഞ്ജറാം, രോംഗ, കപിലി., കുപ്ലി, കിൻഷി എന്നിവയാണ് മേഘാലയയിലെ പ്രധാനനദികൾ. പൂക്കൾ ധാരാളമായി കൃഷിചെയ്യപ്പെടുന്ന സ്ഥലം കൂടിയാണ് മേഘാലയ.

10

ഹിമവാന്റെ മടിത്തട്ടിലെ തിബത്ത്

സമുദ്ര നിരപ്പിൽനിന്ന് 4900 മീറ്റർ ഉയരത്തിൽ സ്ഥിതിചെയ്യുന്ന രാജ്യമാണ് തിബത്ത്. ലോകത്തിലെ ഏറ്റവും ഉയരത്തിലുള്ള രാജ്യവും തിബത്താണ്. ലോകത്തിലെ ഏറ്റവും ഉയരത്തിലുള്ള പീഠഭൂമി തിബത്തിന്റേതാണ്. തിബത്തിന്റെ ഒരു വശത്ത് ചൈനയും മറുവശത്ത് ഹിമാലയ പർവത നിരകളുമാണ്. ഇവിടെയുള്ള ഏറ്റവും ഉയരം കുറഞ്ഞ പർവത നിരകൾക്ക് ലോകത്തിലെ ഏറ്റവും ഉയരമുള്ള പർവതങ്ങൾക്കൊപ്പമാണ് സ്ഥാനം.

തിബറ്റിലെ പോർട്ടാല പാലസ്

ബോൺപാ ഷെൻറാബ് മിബോ

ഒരുകാലത്ത്, മധ്യേഷ്യ മുതൽ ചൈനവരെ വ്യാപിച്ചു കിടന്നിരുന്ന രാഷ്ട്രമായിരുന്നു തിബത്ത്. കാലാവസ്ഥയുടെ വ്യത്യസ്തതകൾ, വിശാലമായ പ്രകൃതിദൃശ്യങ്ങൾ, ഉയർന്ന പീഠഭൂമിയിൽ വിളയുന്ന പച്ചപ്പിന്റെ നിറവുകൾ, കണ്ണഞ്ചിപ്പിക്കുന്ന കടുകുകൃഷിയുടെ മഞ്ഞപ്പാടങ്ങൾ, മഞ്ഞിൽ പുതച്ച ഹിമാലയ ഗിരിനിരകൾ, തെളിഞ്ഞ നീലാകാശം........ അങ്ങനെ അങ്ങനെ തിബത്തിന്റെ ആകർഷണീയതകൾ ഏറെയാണ്. മധ്യേഷ്യയിൽ നിന്നു വന്ന് കുടിയേറിപ്പാർത്ത നാടോടികളായിരുന്നു തിബത്തിലെ ആദിമവംശജർ. ബോൺമതവിശ്വാസികളായിരുന്നു ഇവിടത്തെ തദ്ദേശീയർ. മന്ത്രവാദം, തന്ത്രം, കെട്ടുകഥകൾ എന്നിവയെല്ലാം ചേർന്ന മതവിശ്വാസമായിരുന്നു അവരുടേത്. പ്രാകൃതമായ ഈ മതത്തിന്റെ സ്ഥാപകൻ ബോൺപാ ഷെൻറാബ് മിബോ ആണ്. ഇവരുടെ മതവിശ്വാസമനുസരിച്ച് രാജാവ് ദൈവികതയുടെ അവതാരമാണ്. അയാൾ സ്വർഗത്തിൽ നിന്ന് ഇറങ്ങിവരുന്നവനും രാജ്യപാലനത്തിനു ശേഷം സ്വർഗത്തിലേക്ക് തിരികെ മടങ്ങുന്നവനുമാണ്. രണ്ടായിരം വർഷങ്ങൾക്കു മുമ്പാണ് മംഗോളിയൻ വംശജർ ഇവിടെ എത്തിച്ചേർന്നതെന്ന് ചരിത്രമതം. ഏതായാലും 7-ാംനൂറ്റാണ്ടിലാണ് തിബത്തിൽ ബുദ്ധമതം പ്രചരിക്കാൻ തുടങ്ങിയത്. ട്യൂമിസം ബോട്ട എന്ന ബുദ്ധപണ്ഡിതനാണ് ഇവിടെ ബുദ്ധമതപ്രചാരണം നടത്തിയത്. തുടർന്ന്, ബോൺമതക്കാരും ബുദ്ധമതക്കാരും തമ്മിലുള്ള സംഘർഷത്തിന്റെ നാളുകളായിരുന്നു. ആ സംഘർഷത്തിൽ ഒട്ടൊക്കെ വിജയം വരിക്കാനായത് ബുദ്ധമതാനുയായികൾക്കായിരുന്നു. അങ്ങനെ തിബത്ത് ബുദ്ധമതത്തിന്റെ ആസ്ഥാനവും ലാമമാരുടെ ആവാസഭൂമിയുമായി. ഈ രാഷ്ട്രത്തിന്റെ ശക്തമായ സാംസ്കാരിക പാരമ്പര്യം ഹിമാലയൻ താഴ്വരകളിലെ ഇതര ജനജീവിതത്തിൽ ഉണ്ടാക്കിയ സ്വാധീനം വളരെ വലുതാണ്. ചൈന, ഉത്തരേന്ത്യ, നേപ്പാൾ തുടങ്ങിയ സ്ഥലങ്ങളുമായി മോശമല്ലാത്ത വാണിജ്യബന്ധങ്ങൾ നിലനിർത്തിയിരുന്ന രാഷ്ട്രമായിരുന്നു തിബറ്റ്.

ഇവിടെ കൈലാസ പർവതനിരയുടെ തെക്കുഭാഗത്തുള്ള ദർച്ചൻ എന്ന സ്ഥലം കമ്പിളിവ്യാപാരത്തിന്റെ ഒരു പ്രധാന കേന്ദ്രമായിരുന്നു. അനേകം തടാകങ്ങളുടെയും ഹിമാലയത്തിലെ പല വൻ നദികളുടെയും ഈറ്റില്ലം തിബത്താണ്.

1917 ലാണ് ചൈന തിബത്തിനെ ആക്രമിച്ച് കീഴടക്കിയത്. ചൈനയുടെ ഈ കടന്നുകയറ്റം തിബത്തൻ ജനജീവിതത്തെയും സംസ്കാരത്തെയും വളരെ ബാധിച്ചു. ഇന്ത്യക്കാർ, മംഗോളികൾ എന്നിവർക്ക് തിബത്തിലേക്കുള്ള പ്രവേശനം നിഷേധിക്കപ്പെട്ടു.

1951 ൽ ചൈനയും തിബത്തുമായി ഉടമ്പടി ഒപ്പുവച്ചെങ്കിലും സാംസ്കാരിക വിപ്ലവത്തിന്റെ നാളുകളിൽ ഈ രാജ്യം മൗവിന്റെ കനത്ത പ്രഹരമേറ്റുവാങ്ങി. തിബത്തിന്റെ തലസ്ഥാനമായ ലാസ ആക്രമിക്കപ്പെട്ടതോടെ, ഈ രാജ്യത്തിന്റെ ആധ്യാത്മിക-രാഷ്ട്രീയ ജീവിതത്തിന്റെ പരമാധികാരിയായ ദലൈലാമയ്ക്ക് ഇന്ത്യയിലേക്ക് പലായനം ചെയ്യേണ്ടിവന്നു. ഹിമാലയത്തിലെ ധരംശാലയിലാണ് പിന്നീട് അദ്ദേഹം കഴിച്ചുകൂട്ടിയത്. ചൈനയുടെ കീഴിലുള്ള സ്വതന്ത്രഭരണ പ്രദേശമായ ഈ രാജ്യത്തിലെ 10 ശതമാനം പേരും സന്യാസിമാരാണ്. രാഷ്ട്രനായകനായ ദലൈലാമയ്ക്ക് 1989 ൽ സമാധാനത്തിനുള്ള നോബൽ സമ്മാനം ലഭിച്ചു.

തിബത്തൻ പീഠഭൂമിയുടെ പ്രാന്തങ്ങളിൽ സൗമ്യമായ കാലാവസ്ഥയിലും ഫലഭൂയിഷ്ഠമായ താഴ്വരകളിലുമാണ് ജനജീവിതം തഴച്ചു വളർന്നത്. തെളിഞ്ഞ പകലുകൾ, മഞ്ഞുകാലത്തും അധികം തണുത്തുറയാത്ത അന്തരീക്ഷം, നാട്ടാചാരങ്ങൾ, പ്രാദേശിക ദേവതകൾ, ബുദ്ധമത സ്വാധീനത്തിലുയിർക്കൊണ്ട വിഹാരങ്ങൾ, പ്രാർഥനകൾ, ഗ്രാമവീഥികളിലെമ്പാടും പാറുന്ന കൊടികൾ..... എല്ലാമെല്ലാം തിബറ്റിന്റെ കാഴ്ചകളാണ്, സവിശേഷതകളാണ്. ഇവിടത്തെ ഗോംപാ മൊണാസ്ട്രികൾ ധ്യാനത്തിന്റെയും വിദ്യാഭ്യാസത്തിന്റെയും കലയുടെയും സംസ്കാരത്തിന്റെയും കേന്ദ്രങ്ങളാണ്. ദർച്ചൻ എന്ന പഴയ വാണിജ്യകന്ദ്രം, ഇന്ന് കൈലാസ്, മാനസസരോവർ തീർഥാടകർക്കുള്ള ഒരു ബേസ് ക്യാമ്പു മാത്രമാണ്.

തിബത്തിന്റെ ഔദ്യോഗിക ഭാഷ ചൈനീസ് ആണ്. എന്നാൽ ജനങ്ങളുടെ സംസാരഭാഷ തിബത്തുമാണ്. തിബത്തിന്റെ സ്വയംഭരണത്തോടും മനുഷ്യാവകാശങ്ങളോടും ഭാരതം എക്കാലവും ഐകദാർഢ്യം പ്രഖ്യാപിച്ചിട്ടുണ്ട്. ട്രാൻസ് ഹിമാലയൻ പ്രദേശമായ തിബത്ത് ലോകത്തിന്റെ മേൽക്കൂര എന്നാണ് അറിയപ്പെടുന്നത്.

11

ഗംഗോത്രിയും യമുനോത്രിയും

ഹിമാലയത്തിലെ പ്രസിദ്ധമായ തീർഥാടന കേന്ദ്രമാണ് ഗംഗോത്രി. അംബരചുംബികളായ നിരവധി കൊടുമുടികളാൽ വലയം ചെയ്യപ്പെട്ട ഗംഗോത്രി ഹിമാലയത്തിന്റെ തെക്കേ ചെരിവിലാണ് സ്ഥിതി ചെയ്യുന്നത്.

ഗംഗോത്രി വലിയൊരു ഹിമാനിയാണ്. 26 കിലോമീറ്റർ നീളവും 10 കിലോമീറ്റർ വീതിയുമാണിതിനുള്ളത്. സമുദ്രനിരപ്പിൽ നിന്ന് 3140 മീറ്റർ ഉയരത്തിലാണ് ഇതിന്റെ സ്ഥാനം. ഇവിടെയിരുന്നാണത്രേ ഭഗീരഥൻ തപസ്സു ചെയ്തത്. ആകാശഗംഗ ശിവജടയിൽ നിപതിച്ചശേഷം അവിടെ നിന്ന് ഭൂമിയിലേക്ക് എത്തിച്ചേർന്നത് ഗംഗോത്രിയിൽ വച്ചാണ്. ഗംഗോത്രിഹിമാനി ഗോമുഖ് ഹിമാനി വരെ വ്യാപിച്ചു കിടക്കുന്നു.

ഗോമുഖിന് പശുവിന്റെ മുഖാകൃതിയാണുള്ളത്. 30 കിലോമീറ്റർ നീളവും 2 മുതൽ 4 കിലോമീറ്റർവരെ വീതിയും ഈ ഹിമാനിക്കുണ്ട്. ഇവിടെയുള്ള ഗുഹാമുഖത്തു നിന്നാണ് ഗംഗയുടെ ഉത്ഭവം. ചതുരംഗി എന്നാണ് ആ ഗുഹാമുഖമുൾപ്പെടുന്ന ഹിമാനിക്ക് പേര്. ഗംഗാനദി ഭാഗീരഥി എന്നപേരിലാണ് ഗോമുഖ് മുതൽ ദേവപ്രയാഗവരെ ഒഴുകുന്നത്. 7138 മീറ്റർ ഉയരമുള്ള ചൗഖംബ കൊടുമുടിയിൽ നിന്നാണ് ഗോമുഖ് ഹിമാനി ആരംഭിക്കുന്നത്. പാറക്കെട്ടുകളുള്ള ഹിമാവൃതമായ ധാരാളം കൊടുമുടികൾ ചുറ്റിലുമുണ്ട്. ഭാരത്ഘുണ്ട, കേദാർനാഥ്, സതോപാന്ത്, വാസുകി, സുമേരു, ശിവലിംഗ് എന്നിങ്ങനെ ആ കൊടുമുടികൾ വ്യാപിച്ചു കിടക്കുന്നു. ശിവലിംഗ് കൊടുമുടി 6540 മീറ്റർ ഉയരത്തിലാണ്. ഗംഗോത്രിയിൽ വച്ച് കേദാർഗംഗ ഗംഗയുമായി ചേരുന്നു.

ഭാരതത്തിലെ ഏറ്റവും നീളം കൂടിയ നദിയാണ് ഗംഗ. അനിയന്ത്രിതമായ ഒഴുക്കാണ് ഗംഗയ്ക്കിവിടെ. വിരലുകൊണ്ട് ഈ നദിയെ സ്പർശിച്ചാൽ വിരൽ മുറിഞ്ഞു പോകും. ഒഴുക്കിന് അത്രയധികം ശക്തിയാണു

ള്ളത്. ഗംഗോത്രിയിൽ, ഗംഗാനദിയുടെ വലതുകരയിലാണ് ഗംഗാദേവീ ക്ഷേത്രം. ഇവിടെ ഈ ക്ഷേത്രം നിർമിച്ചത് അമർസിങ് ഥാപ എന്ന ഗൂർ ഖാപട്ടാള ജനറലാണ്. കാലാന്തരത്തിൽ ജയ്പൂർ രാജവംശം ഈ ക്ഷേത്രം പുനർനിർമിച്ചു.

ഹിമം പുതച്ച കൊടുമുടികളും ആശ്രമങ്ങളും ധർമശാലകളും ഗംഗോത്രിയിലുണ്ട്. ഋഷികേശിൽ നിന്ന് 248 കിലോമീറ്ററാണ് ഗംഗോത്രി യിലേക്കുള്ള ദൂരം. 11000 അടി ഉയരത്തിലാണ് ഗംഗോത്രി. 12800 അടി

ഗംഗോത്രി

ഉയരത്തിലാണ് ഗോമുഖ്. ദേവതാരു വൃക്ഷങ്ങളും സന്യാസിമാരും ഭിക്ഷു ക്കളും ഇവിടെ എന്നുമുണ്ട്. മരവിപ്പിക്കുന്ന മഞ്ഞിലും അൽപ്പവസ്ത്രധാ രികളായ മനുഷ്യരിവിടെ വിഹരിക്കുന്ന കാഴ്ച ആരേയും അത്ഭുതപ്പെ ടുത്തും. ഗംഗാദേവീക്ഷേത്രത്തിനടുത്തു തന്നെ സൂര്യകുണ്ഡ് എന്നൊരു തീർഥവുമുണ്ട്.

സ്പ്രൂസ്, സിൽവർഫിർ, ബ്ലൂപൈൻ, ദേവതാരു തുടങ്ങിയ വൃക്ഷ ങ്ങളും വെള്ളക്കരടി,കാട്ടാൽ, മഞ്ഞുപുലി എന്നീ മൃഗങ്ങളും സംരക്ഷി ക്കപ്പെടുന്ന ഗംഗോത്രി നാഷണൽ പാർക്ക് ഇവിടെയാണ്. ഗോമുഖിന് വടക്കുഭാഗത്തുള്ള സുമേരുവിലേക്ക് വ്യാപിച്ചു കിടക്കുന്ന ഹിമാനിയാണ് മേരു. ഒരോ വർഷവും ഗോമുഖ് ഗുഹാമുഖവും ഗംഗോത്രി ഹിമാനിയും ഉൾവലിയുന്നുവെന്നാണ് പഠനങ്ങൾ തെളിയിക്കുന്നത്. ഗംഗോത്രിയിലും ഗോമുഖിലും ഗംഗയിലുമുണ്ടാകുന്ന പാരിസ്ഥിതിക, അന്തരീക്ഷ മലി

നീകരണമാണ് ഇതിനു കാരണമായി ചൂണ്ടിക്കാണിക്കപ്പെടുന്നത്. പെരുകി വരുന്ന മനുഷ്യപ്രവാഹം അനിയന്ത്രിതമായ അളവിൽ മാലിന്യങ്ങൾ നിക്ഷേപിക്കുകയാണിവിടെ. ഗംഗോത്രിയും ഗോമുഖും അപ്രത്യക്ഷമായാൽ ഭാരതീയർക്ക് പിന്നീട് ഗംഗയുണ്ടാകില്ല. സരസ്വതിനദി പോലെ ഗംഗാനദിയും ഒരു നാൾ അപ്രത്യക്ഷമാകുമോ എന്നുള്ള ഉൽക്കണ്ഠയിലാണ് സുമനസ്സുകൾ. നവംബർ മുതൽ ഏപ്രിൽ വരെ ഗംഗോത്രിയിൽ കനത്ത മഞ്ഞിന്റെ കൊടും തണുപ്പാണ്. അതുകൊണ്ട് അക്കാലങ്ങളിൽ തീർത്തും വിജനമാണിവിടം. ഗംഗോത്രി ഹിമാലയത്തിലെ പ്രശസ്തമായ ചതുർധാമങ്ങളിൽ ഒന്നാണ്.

യമുനോത്രി

യമുനോത്രി ഉത്തരാഞ്ചൽ സംസ്ഥാനത്തിലാണ്. ഉത്തരകാശി ജില്ലയിൽ 11000 അടി ഉയരത്തിൽ സ്ഥിതി ചെയ്യുന്ന യമുനോത്രി ചതുർധാമങ്ങളിൽ ആദ്യത്തേതാണ്. യമുനോത്രിക്കു മുൻപിലാണ് ബന്ദർപുഞ്ച് ഹിമക്കൊടുമുടികൾ. ഇവിടെ കാളിന്ദ് പർവതത്തിലെ സപ്തഋഷികുണ്ഡിലെ ഹിമാനിയിൽ നിന്നാണ് യമുനാനദി ഉറവയെടുക്കുന്നത്. 4421 മീറ്റർ ഉയരത്തിലാണ് ഈ പ്രദേശം. യമുന ഉത്ഭവിക്കുന്ന ഗിരിശൃംഗങ്ങൾ ഹിമാലത്തിലെ ചരിഞ്ഞു കിടക്കുന്ന പ്രതലമാണ്.

യമുനോത്രി

ഇവിടെ യമുനോത്രിയിൽ യമുനാദേവിക്കായി ഒരു ക്ഷേത്രമുണ്ട്. 19–ാം നൂറ്റാണ്ടിൽ ജയ്പൂർ രാജ്ഞിയായ ഗുലേരിയയാണ് ഈ ക്ഷേത്രം നിർമിച്ചത്. വെള്ളക്കുപ്പായമണിഞ്ഞ മഞ്ഞുമലകൾക്കുള്ളിൽ കറുത്ത മാർബിളിലാണ് ക്ഷേത്രത്തിലെ യമുനാദേവിയുടെ പ്രതിഷ്ഠ. വർഷം മുഴുവനും തണുപ്പ് അനുഭവപ്പെടുന്ന പ്രദേശമാണിത്. എങ്കിലും ഇവിടെ ജനവാസമുണ്ട്. സൂര്യകുണ്ഡ്, തപ്തകുണ്ഡ് എന്നീ ഉറവകളും യമുനോത്രിയിലാണ്. കൃഷിയും ആടുമാടുകളെ വളർത്തലുമാണ് ഇവിടെയുള്ളവർ ചെയ്യുന്ന തൊഴിലുകൾ. നെല്ല്, ഗോതമ്പ്, ചോളം, ഉരുളക്കിഴങ്ങ്, തക്കാളി, മറ്റു പച്ചക്കറികൾ എന്നിവയെല്ലാം കൃഷി ചെയ്തു വരുന്നു. ജൂൺ, ജൂലൈ,ആഗസ്റ്റ് മാസങ്ങളിൽ ഇവിടെ മഴക്കാലമാണ്. മലയിടിച്ചിൽ അസാധാരണമായ വിധത്തിൽ ഉണ്ടാകുന്ന പ്രദേശമാണ് യമുനോത്രി. എങ്കിലും തീർഥാടകരും സാഹസികയാത്രികരും പ്രകൃതിസ്നേഹികളും അനുസ്യൂതം യമുനാനദിയുടെ ഈ പ്രഭവകേന്ദ്രത്തെ തേടി ഒഴുകിയെത്തിക്കൊണ്ടേയിരിക്കുന്നു.

യമുന സൂര്യപുത്രിയാണെന്നും യമസഹോദരിയാണെന്നും വിശ്വാസങ്ങളുണ്ട്. യമുനാസ്നാനം വേദനാപൂർണമായ മരണത്തിൽ നിന്ന് വിമുക്തി നൽകുമെന്നും വിശ്വസിക്കപ്പെടുന്നു. അലഹബാദിൽ വച്ച് ഗംഗയുമായി ചേരുന്നതുവരെ ഹിമാലയ താഴ്വരകളും സമതലങ്ങളും താണ്ടി യമുന 800 കിലോമീറ്ററാണ് സഞ്ചരിക്കുന്നത്. ക്ലേശപൂർണമായ യാത്രയാണ് യമുനോത്രിയിലേക്ക്. മലമ്പാതകളിലൂടെയുള്ള യാത്ര അതീവ ദുഷ്കരമാണ്. യമുനോത്രിയിലെ സൂര്യകുണ്ഡ് ഉഷ്ണജല പ്രവാഹമാണ്. 190 ഡിഗ്രി ഫാരൻഹീറ്റാണ് ജലത്തിന്റെ താപനില. തുണിയിൽ അരികെട്ടി ഈ പ്രവാഹത്തിലിട്ടാണ് ചോറാക്കുന്നത്. ഹിമാലയത്തിലെ ഗന്ധകശേഖരമാണ് കൊടും തണുപ്പിലും ജലത്തിന് ചൂട് പകരുന്നത്.

സ്ഫടിക സമാനമാണിവിടെ യമുന. അസിതമുനി ഇവിടെ ഗംഗോത്രിയിലാണ് തപസനുഷ്ഠിച്ചതത്രേ. നവംബറിൽ മഞ്ഞുമഴ തുടങ്ങും. അതോടെ യമുനോത്രി മുഴുവൻ ഹിമാവരണമണിയും. അതുകൊണ്ട്, അതിനുമുമ്പേ ഏവരും യമുനോത്രി വിട്ടിറങ്ങും.

12

ഹിമാലയത്തിലെ പ്രയാഗകൾ

അoംബരചുംബികളായ അത്ഭുതകൊടുമുടികൾ പോലെതന്നെ അനേകം നീരുറവകളും ഹിമവാന്റെ സംഭാവനകളാണ്.കേവലമായ ഭൂമിശാസ്ത്ര സവിശേഷതകൾക്കപ്പുറം മനോമുകുരങ്ങളിൽ അപൂർവ ലാവണ്യത്തിന്റെ അലകൾ ഇവ പകരുന്നു. പുണ്യവതികളെന്നു കരുതപ്പെടുന്ന നദീമോഹിനികളുടെ സംഗമസ്ഥാനങ്ങളാണ് പ്രയാഗകൾ എന്നറിയപ്പെടുന്നത്. അസംഖ്യം തീർഥാടകർ ഈ പ്രയാഗകൾ സന്ദർശിച്ചും സ്നാനം ചെയ്തും ജീവിതത്തിന് പുതിയ അർഥങ്ങൾ കണ്ടെത്തുന്നു. രുദ്രപ്രയാഗ്, കർണപ്രയാഗ്, ദേവപ്രയാഗ്, നന്ദപ്രയാഗ്, വിഷ്ണുപ്രയാഗ് എന്നിവ ഈ പ്രയാഗകളിൽ ചിലതാണ്. ഏറ്റവും വിശിഷ്ടമായ പ്രയാഗ അലഹബാദിലെ ത്രിവേണി സംഗമമാണ്. ഗംഗയുടെയും യമുനയുടെയും സരസ്വതിയുടെയും സംഗമഭൂമി. ഗംഗയും യമുനയും ഇന്നും കണ്ണിനും കരളിനും ആഹ്ലാദാനുഭൂതികൾ പകർന്നൊഴുകുന്നുവെങ്കിലും സരസ്വതി കാഴ്ചയ്ക്കപ്പുറമാണ്. ഭൗമോപരിതലത്തിൽ നിന്നും അന്തർധാനം ചെയ്തുവെന്നു കണക്കാക്കപ്പെടുന്ന ഈ പുണ്യപ്രവാഹിനി പ്രയാഗിൽ വച്ച് ഗംഗായമുനയുമായി സംഗമിക്കുന്നുവെന്നു വിശ്വാസം.

മാനാ ഗ്രാമത്തിന് മൂന്നു കിലോമീറ്റർ വടക്കുഭാഗത്ത്, ഹിമാലയസ്ഥിതമായ വൻഹിമാനിയിൽ നിന്നാണ് സരസ്വതിയുടെ ഉത്ഭവം. *ഋഗ്വേദ*ത്തിലും *മഹാഭാരത*ത്തിലും ഈ നദിയെക്കുറിച്ച് പരാമർശങ്ങളുണ്ട്. വൻപാറകൾക്കിടയിലൂടെ അതിശക്തമായി ഒഴുകുന്ന ഈ നദിയുടെ ഗതി ഭൗമാന്തർഭാഗത്തേക്കാണ്. പിന്നീടിത് അളകനന്ദയുമായി യോജിക്കുന്നു. കേശവപ്രയാഗിൽ വച്ചാണ് സരസ്വതിയുടെയും അളകനന്ദയുടെയും സംഗമം. സരസ്വതി ബ്രഹ്മനദിയാണ്. ഇത് ഗംഗയുടെ ഉപനദിയുമാണ്. 10000 വർഷങ്ങൾക്കുമുൻപ് ഈ നദി നിറഞ്ഞൊഴുകിയിരുന്നു. ഏകദേശം

ബി സി 2000 ത്തിനോടടുത്താണ് ഇതു പൂർണമായും അപ്രത്യക്ഷമായത്. സരസ്വതിയെക്കുറിച്ചുള്ള പഠനാന്വേഷണങ്ങളിൽ ഏർപ്പെട്ടവർ 1980 ൽ ഹിമാലയത്തിൽ ഈ പൗരാണികനദിയുടെ പ്രവാഹപഥം കണ്ടെത്തുകയുണ്ടായി. സ്വർഗാരോഹിണി പർവതത്തിലെ കേശവപ്രയാഗിൽ സരസ്വതിക്കായി ഒരു ക്ഷേത്രമുണ്ട്. സരസ്വതീമന്ദിർ. ഒക്ടോബർ മുതൽ മെയ്മാസം വരെ ഈ നദിക്ക് നിറം നീലയാണ്. ഈ നദിക്കുകുറുകെ വലിയ ശിലകൊണ്ട് പാലം തീർത്തിട്ടുണ്ട്. സരസ്വതിയെ മുറിച്ചുകടക്കാൻ ഭീമസേനൻ നിർമിച്ചതാണ് ഈ പാലമെന്ന് വിശ്വസിക്കപ്പെടുന്നു. ഭീംപൂൽ എന്നാണ് ഈ പാലത്തിനു പേര്.

ദേവപ്രയാഗ്

ഉത്തർഖണ്ഡിലെ ഹിമാലയത്തിലാണ് ദേവപ്രയാഗ്. സമുദ്രനിരപ്പിൽനിന്നും 2265 അടി ഉയരത്തിൽ. ദേവപ്രയാഗയും ഋഷികേശും തമ്മിൽ

ദേവപ്രയാഗ്

70 കിലോമീറ്റർ ദൂരമാണുള്ളത്. അളകാനദിയുടെയും ഗംഗയുടെ പ്രധാന പോഷകനദിയായ ഭാഗീരഥിയുടെയും സംഗമസ്ഥാനമാണിത്. ഈ നദീസംഗമത്തിൽ നിന്നാണ് ഗംഗ ഗംഗയായി മാറുന്നത്. പച്ചപുതച്ച കുന്നുകളും മേടുകളും കൊണ്ട് നിർഭരമാണിവിടം. വനമുല്ലകൾ ഇവിടെ പടർന്നു കിടക്കുന്നു. കുന്നിൻമുകളിലാണ് ദേവപ്രയാഗിലെ പ്രധാനപ്പെട്ട രഘുനാഥക്ഷേത്രം. മറ്റു പല ക്ഷേത്രങ്ങളും ഇവിടെയുണ്ട്. ശ്രീരാമൻ തപസ്സുചെയ്തത് ഈ നദീസംഗമഭൂമിയിലാണത്രേ. ഹിമാലയത്തിന്റെ

പടിഞ്ഞാറുഭാഗത്ത് 3250 മീറ്റർ ഉയരത്തിൽ നിന്നും ഒഴുകിയെത്തുന്ന ഭാഗീരഥി ഗംഗയാകുന്നത് ഇവിടെവച്ചാണ്. ദേവപ്രയാഗിൽനിന്നും ഗംഗ പടിഞ്ഞാറ് ഭാഗത്തേക്ക് ഒഴുകുന്നു, ശിവാലിക് മലനിരകളിലൂടെ.

രുദ്രപ്രയാഗ്

കേദാർനാഥിലേക്കും ബദരീനാഥിലേക്കുമുള്ള യാത്രാമാർഗത്തിലാണ് രുദ്രപ്രയാഗ്. മലകളും വനങ്ങളുടെ ഹരിതാഭയും നിറഞ്ഞ മനോഭിരാമഭൂമിക. മുകളിൽ ഹിമകിരീടമണിഞ്ഞ കൊടുമുടികൾ. താഴ്വരയിൽ ദേവദാരു, പൈൻ, കഞ്ചു, സെമാൻ, സാൽ തുടങ്ങിയ വൃക്ഷങ്ങളാൽ സമൃദ്ധമായ നിബിഡവനം. ബദരീനാഥിൽ നിന്നുള്ള അളകനന്ദയുടെയും കേദാർനാഥിൽനിന്ന് ഒഴുകിയെത്തുന്ന മന്ദാകിനിയുടെയും സംഗമത്തിന് രുദ്രപ്രയാഗ് സാക്ഷിയാകുന്നു. ഇവിടെയൊരു മലമുകളിലാണ് രുദ്രനാഥ ക്ഷേത്രം. രുദ്രനായി അവതരിച്ച ശിവന്റെ പ്രതിഷ്ഠയാണ് ഈ ക്ഷേത്രത്തിലുള്ളത്. ഇവിടെ, നദികളുടെ ഈ സംഗമസ്ഥാനത്തിരുന്നാണ് യുഗങ്ങൾക്കുമുമ്പ് നാരദമഹർഷി തപസ്സനുഷ്ഠിച്ചത്. സംഗീതത്തിൽ പ്രാവിണ്യമുള്ള നാരദർ തന്റെ സംഗീതത്തിന് പൂർണത ലഭിക്കുവാനാണത്രേ നാദരൂപനായ മഹാദേവന്റെ പ്രീതിക്കായി തപസ്സുചെയ്തത്. അനേകം ഋഷിമാരുടെ തപോഭൂമി കൂടിയാണ് ഈ പ്രദേശം. രുദ്രനാഥക്ഷേത്രം കൂടാതെ ചെറിയൊരു ജഗദംബികാ ക്ഷേത്രവും രുദ്രപ്രയാഗിലുണ്ട്. സംഗമസ്ഥലിയിൽ നദികളുടെ ഒഴുക്കിന് അതീവ ചാരുതയാണുള്ളത്.

ഇവിടെയാണ് ഒരുനാൾ വേട്ടക്കാരനും പിന്നീട് പ്രകൃതി സംരക്ഷകനുമായ ജിം കോർബെറ്റ് അനവധി നാളുകൾ ചെലവഴിച്ചത്. നരഭോജികളായ രുദ്രപ്രയാഗിലെ കടുവകളെ വകവരുത്തുകയായിരുന്നു കോർബെറ്റിന്റെ ദൗത്യം. *ദ മാൻ ഈറ്റിങ് ലെപേർഡ് ഓഫ് രുദ്രപ്രയാഗ്* എന്ന അനുഭവസാക്ഷ്യമായ ഗ്രന്ഥമെഴുതിയ കോർബെറ്റ്, ഹിമാലയ പ്രാന്തങ്ങളിൽ നിന്ന് പ്രകൃതിസ്നേഹത്തിന്റെ പാഠങ്ങൾ പഠിച്ചു. സമകാലിക ജനതയ്ക്കും വരുംതലമുറകൾക്കുമായി അദ്ദേഹം ആ അറിവുകൾ പകർന്നു കൊടുത്തു. ഇന്നിവിടെ കടുവകൾ വംശനാശഭീഷണി നേരിടുകയാണ്. വിനോദത്തിനും വിപണനത്തിനുമായി കടുവകൾ വേട്ടയാടപ്പെടുന്നു. ഔഷധനിർമാണത്തിനുമാത്രമായി വർഷത്തിൽ 250 കടുവകളോളം ചൈനയിൽ കൊല്ലപ്പെടുന്നുവെന്നാണ് കണക്ക്.

കർണപ്രയാഗ്

അളകനന്ദയുടെയും പിണ്ടാർഗംഗയുടെയും സംയോജന വേദിയാണ് കർണപ്രയാഗ്. ഋഷികേശിൽ നിന്ന് ബദരിനാഥിലേക്കുള്ള മാർഗമധ്യത്തിലാണ് ഈ തീർഥാടനകേന്ദ്രം. സമുദ്രനിരപ്പിൽനിന്നും 795 മീറ്റർ ഉയരത്തിലാണ് ഇതിന്റെ സ്ഥാനം. നന്ദാദേവി കൊടുമുടിയിലെ വലിയൊരു ഹിമാനിയിൽ നിന്നാണ് പിണ്ടാറിന്റെ ഉത്ഭവം. അളകനന്ദയുടെ തീരഭൂമിയിലുള്ള ഈ പ്രയാഗിലേക്ക്, ബദരീനാഥിനു സമീപസ്ഥമായ അളകാ

കർണപ്രയാഗ്

പുരി ഹിമാനിയിൽ നിന്നാണ് അളകനന്ദ ഒഴുകിയെത്തുന്നത്. സ്കന്ദപ്രയാഗ് എന്നായിരുന്നു ഈ പ്രദേശത്തിന്റെ പ്രാചീനനാമം.

പാണ്ഡവസഹോദരനും സൂര്യപുത്രനുമായ കർണൻ ഇവിടെയിരുന്നാണ് സൂര്യദേവപ്രീതിക്കായി തപസ്സനുഷ്ഠിച്ചതെന്നു കരുതപ്പെടുന്നു. ഇവിടെ ആ സ്മരണ നിലനിർത്തുന്നതിന് ഒരു കർണക്ഷേത്രവും കർണ പ്രതിമയുമുണ്ട്. കൃഷ്ണപ്രതിമയും കർണപ്രയാഗിൽ കാണാൻ കഴിയും. മഹാഭാരതയുദ്ധത്തിൽ കൊല്ലപ്പെട്ട കർണനെ ഇവിടെ വച്ചാണത്രേ ശ്രീകൃഷ്ണ സാന്നിധ്യത്തിൽ സംസ്കരിച്ചത്. ഇവിടം തന്നെയാണ് കർണപത്നിയായ വൃഷാലിയുടെയും സംസ്കാരഭൂമി. കണ്വാശ്രമം ഇവിടെ ആയിരുന്നുവെന്നും വിശ്വാസമുണ്ട്. കർണപ്രയാഗിലുള്ള ഉമാദേവിക്ഷേത്രത്തിൽ വിവേകാനന്ദസ്വാമികൾ 18 ദിവസം തപസ്സനുഷ്ഠിച്ചിട്ടുണ്ട്.

മലയിടിച്ചിൽ ഭീകരമായി അനുഭവപ്പെടുന്ന പ്രദേശമാണ് കർണപ്രയാഗ്. അളകനന്ദയുടെയും പിണ്ടാറിന്റെയും ഹരിതാഭയാർന്ന വനസ്ഥലികളും പാറക്കെട്ടുകൾക്കു മുകളിലൂടെ പരന്നൊഴുകുന്ന നദികളുടെ നീലിമയും ഹൃദയാവർജകം തന്നെയാണ്.

നന്ദപ്രയാഗ്

നന്ദാദേവികൊടുമുടികളിൽ നിന്നുറവയെടുക്കുന്ന നന്ദാകിനിനദിയും അളകനന്ദയും സംഗമിക്കുന്ന ഇടമാണ് നന്ദപ്രയാഗ്. തീർഥാടകർക്കും

സഞ്ചാരികൾക്കും പ്രിയങ്കരമായ നന്ദപ്രയാഗ് ബദരീനാഥിൽ നിന്ന് 15 കിലോമീറ്റർ അകലെ ആണ്. നന്ദാദേവി കൊടുമുടികളിലുള്ള തൃശൂല പർവതത്തിന്റെ പടിഞ്ഞാറുപാർശ്വമാണ് നന്ദാകിനിയുടെ യഥാർഥ ഉത്ഭവ സ്ഥാനം. ശ്രീശങ്കരൻ നന്ദപ്രയാഗിൽ എത്തിച്ചേർന്നിട്ടുണ്ട്. പ്രകൃതിരമണീയമായ ഈ പ്രയാഗതീരത്താണ് കണ്വാശ്രമം ഉണ്ടായിരുന്നതെന്നും ശകുന്തളാ-ദുഷ്യന്തന്മാരുടെ പ്രണയവല്ലരി തളിർത്തതിവിടെയാണെന്നും വിശ്വസിക്കപ്പെടുന്നുണ്ട്.

വിഷ്ണുപ്രയാഗ്

ബദരീനാഥിനും ജോഷിമഠിനും ഇടയ്ക്കാണ് വിഷ്ണുപ്രയാഗ് എന്ന തീർഥഭൂമി. സമുദ്രനിരപ്പിൽ നിന്ന് 1372 മീറ്റർ ഉയരത്തിൽ. ഇവിടെവച്ചാണ് സപ്തസിന്ധുക്കളിലൊന്നെന്നറിയപ്പെടുന്നതും ഗംഗയുടെ ഉപനദിയുമായ ധൗലിഗംഗയും അളകനന്ദയും ഒന്നായിത്തീരുന്നത്. ഈ സംഗമതീരത്തിന് അഭിമുഖമായാണ് ആനയുടെ ആകൃതിയിലുള്ള ഹാഥി പർവതം. നാരദൻ തപസ്സനുഷ്ഠിച്ചതെന്നു കരുതപ്പെടുന്ന ഒരു വിഷ്ണുക്ഷേത്രം ഇവിടെയുണ്ട്. പ്രകൃതിഭംഗി നിറഞ്ഞ വിഷ്ണുപ്രയാഗിന്റെ താഴ്‌വരകൾ വെൺമഞ്ഞിൽ ചേലചുറ്റിയ ഹിമശൃംഗങ്ങളാൽ ചുറ്റപ്പെട്ടുകിടക്കുന്നു. ഇവിടെ അളകനന്ദയിൽ ഒരു ഹൈഡ്രോ ഇലക്ട്രിക് പ്രോജക്റ്റുണ്ട്. വിഷ്ണുപ്രയാഗ് ഹൈഡ്രോ ഇലക്ട്രിക് പ്രോജക്ട് എന്നാണ് ഇത് അറിയപ്പെടുന്നത്. കേരളത്തിലെ കാലടിയിൽ ജന്മമെടുത്ത ശങ്കരാചാര്യർ, ബദരിയിലേക്കുള്ള യാത്രയിൽ ഈ പുണ്യപ്രയാഗിലെത്തി സ്നാനാദികൾ അനുഷ്ഠിച്ചതായി കരുതപ്പെടുന്നു. തികച്ചും അപകടകരമാണ് ഹിമാലയപാതകളിലൂടെ ഇവിടേക്കുള്ള ഏതുയാത്രയും.

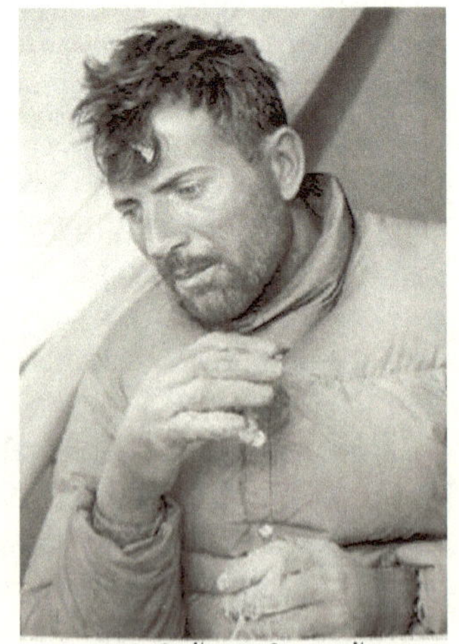
മൗറിസ് ഹെർസോഗ്

ദേവപ്രയാഗ്, രുദ്രപ്രയാഗ്, കർണപ്രയാഗ്, നന്ദപ്രയാഗ്, വിഷ്ണുപ്രയാഗ് എന്നീ അഞ്ചു പ്രയാഗകൾ പഞ്ചപ്രയാഗ് എന്നാണ് അറിയപ്പെടുന്നത്. അളകനന്ദ നദീമോഹിനിയാണ്. നാരായണ പർവതത്തിൽനിന്ന് അളകനന്ദ ബദരീനാഥിലൂടെ ഒഴുകുന്നു. ബദരീനാഥിനെ ദൈവത്തിന്റെ ആവാസഭൂമിയെന്നാണ് മൗറിസ് ഹെർസോഗ് എന്ന പ്രശസ്ത പർവതാരോഹകൻ വിശേഷിപ്പിച്ചിട്ടുള്ളത്. അളകനന്ദയുടെ തീരഭൂവിലാണ് ബദരീനാഥ്. അളകനന്ദ സപ്തസിന്ധുക്കളിൽ ഒന്നാണ്. ഭാഗീരഥി, ജാഹ്നവി, ദിലംഗാനി, മന്ദാകിനി, ഋഷിഗംഗ, സരസ്വതി, അളകനന്ദ എന്നിവയാണ് സപ്ത

സിന്ധുക്കൾ. ഈ സപ്തനദികൾ ചേർന്നതാണ് ഭാരതത്തിലെ പുണ്യ പ്രവാഹിനിയായ ഗംഗാനദി.

സോണപ്രയാഗ്

കേദാർനാഥിലേക്കുള്ള യാത്രാപഥത്തിലാണ് സോണപ്രയാഗ്. ഘന ശ്യാമ സുന്ദരവനത്തിലെ ഒരു തീർഥസംഗമം. കേദാർനാഥിലെ ചോരാ ബാരി ഹിമാനിയിൽ നിന്നുത്ഭവിക്കുന്ന മന്ദാകിനിയും വസുകി ഗംഗയെന്ന സോണഗംഗയും ഒന്നിക്കുന്നിടം. സമുദ്രനിരപ്പിൽ നിന്ന് 1829 മീറ്റർ ഉയരത്തിലാണ് സോണപ്രയാഗ്. ഇവിടെ നിന്നുള്ള ഹിമാലയകാഴ്ചകൾ അനവദ്യ സുന്ദരങ്ങളാണ്. തലയുയർത്തി നിൽക്കുന്ന ഗിരിനിരകൾ. അഗാധമായ താഴ്വരകൾ. വെള്ളച്ചാട്ടങ്ങൾ. ഹിമാലയത്തിലെ മഞ്ഞുരുകിയെത്തുന്ന നിരവധി കൊച്ചരുവികളുണ്ടിവിടെ. മനസിനും മിഴികൾക്കും കുളിരുപകരുന്ന സുന്ദരസ്ഥലിയാണ് സോണപ്രയാഗ്.

13

ഹിമാലയത്തിലെ തീർഥാടനകേന്ദ്രങ്ങൾ

ഹരിദ്വാർ

ഹരിദ്വാർ ദേവഭൂമിയിലേക്കുള്ള കവാടമാണ്. ഉത്തരാഞ്ചൽ സംസ്ഥാനത്ത് ഗംഗാതീരത്താണ് ഈ പുണ്യഭൂമി. ഇവിടം വൈഷ്ണവാരാധനയുടെയും ശൈവാരാധനയുടെയും കേന്ദ്രമാണ്. ശിവാലിക് കൊടുമുടികളുടെ അടിവാരത്തിലാണ് വിശ്വപ്രസിദ്ധമായ ഈ തീർഥാടനകേന്ദ്രം. ഇത് ഹരന്റെയും ഹരിയുടെയും ഭൂമിയാണ്. ഋഷികേശിൽ നിന്നും ഒഴു

ഹരിദ്വാർ

കുന്ന ഗംഗ പുരി, ഗംഗാദ്വാരം എന്നിവിടങ്ങൾ പിന്നിട്ട് ഹരിദ്വാറിലെത്തുന്നു. സ്വർഗഗംഗയുടെ ദർശനസ്ഥാനമാണിവിടം.

ഹരിദ്വാറിലെ ഹർകിപൗരിയിലുള്ള ഗംഗാസ്നാനമാണ് ഈ തീർഥാടന ഭൂമിയിലെ ഏറ്റവും പരിപാവനമായ കർമം. ഇവിടെ ബ്രഹ്മകുണ്ഡ് എന്ന സ്നാനഘട്ടത്തിന് പ്രാധാന്യമേറെയാണ്. ഭഗീരഥപുത്രനായ ശ്വേതൻ ദേവപ്രീതിക്കായി തപസ്സനുഷ്ഠിച്ച സ്ഥലമാണിത്. കഠിന തപസ്സിൽ സംപ്രീതരായ ദേവകൾ ഈ സ്നാനഘട്ടിൽ ബ്രഹ്മവിഷ്ണു മഹേശ്വരന്മാരുടെ സാന്നിധ്യം എന്നുമുണ്ടാകുമെന്ന് ശ്വേതനെ അനുഗ്രഹിച്ചു.

യമുനോത്രി, ഗംഗോത്രി, കേദാർനാഥ്, ബദരീനാഥ് എന്നീ പുണ്യഭൂമിയിലേക്കുള്ള തീർഥാടനത്തിന് മുമ്പ് തീർഥാടകർ ഹരിദ്വാറിലെത്തി ഗംഗാസ്നാനം നടത്തി പാപവിമുക്തി വരുത്തണമെന്നാണ് വിശ്വാസം. സപ്തർഷികളുടെ തപസുമുടക്കാതെ ഇവിടെ ഗംഗ ഏഴായി തിരിഞ്ഞ് ഒഴുകുകയാണത്രേ! ഋഷികേശിൽ നിന്നും ഒഴുകിയെത്തുന്ന ഗംഗാനദി ഹരിദ്വാറിൽവച്ചാണ് സമതലങ്ങളിലേക്ക് ഒഴുകുന്നത്. കപിൽസ്ഥാൻ, മായാപുരി, ഗംഗാദ്വാർ, തപോവനം എന്നിങ്ങനെയും ഹരിദ്വാറിനു പേരുകളുണ്ട്. ഹരിദ്വാർ ഒരു തീർഥാടക സംഗമസ്ഥാനമാണ്. ലോകപ്രശസ്തമായ കുംഭമേള, ഇവിടെ ഗംഗാതീരത്താണ് നടക്കുന്നത്. 12 വർഷത്തിലൊരിക്കലാണ് മഹാകുംഭമേള. 6 വർഷം കൂടുമ്പോൾ അർധകുംഭമേളയും നടക്കാറുണ്ട്. പാലാഴിമഥനത്തിനു ശേഷം അമൃതകുംഭവുമായി പോയ ജയന്തൻ അമൃതകുംഭം ഇവിടെയുൾപ്പെടെ നാലുസ്ഥലങ്ങളിൽ വച്ചുവെന്നും അമൃതകുംഭം തുളുമ്പി അമൃതുതുള്ളികൾ താഴെ പതിച്ചുവെന്നുമാണ് വിശ്വാസം. അനവധിപേർ, വിദേശികൾ ഉൾപ്പെടെ, കുംഭമേളയിൽ പങ്കെടുക്കാൻ എത്തിച്ചേരുന്നു. ഹിമാലയവാസികളായ ഋഷിമാർ, സന്യാസിമാർ, യോഗികൾ, പണ്ഡിതർ ഇങ്ങനെ ഇവിടെയെത്തുന്നവരുടെ നിര നീളുന്നു. നഗ്നരായ നാഗസന്യാസിമാരും കുംഭമേളയിൽ പങ്കെടുക്കാറുണ്ട്. ഹരിദ്വാറിലെ പ്രധാന സ്നാനഘട്ടങ്ങൾ ഗാവ്ഘട്ട്, സുഭാഷ്ഘട്ട്, വിഷ്ണുഘട്ട്, രാംഘട്ട്, കുശാവർത്ഘട്ട് എന്നിവയാണ്. ഹരിദ്വാറിൽ ഗംഗാമാതാവിനു നടക്കുന്ന ആരതി ഒരപൂർവസുന്ദര കാഴ്ചയാണ്. സ്നാനഘട്ടിലുള്ള ഈ ദീപക്കാഴ്ച മനസുകളെ ഒരലൗകിക ലോകത്തേക്കു കൊണ്ടുപോകുന്നു. നിരവധി സ്നാനഘട്ടുകൾ, ക്ഷേത്രസമുച്ചയങ്ങൾ എന്നിവകൊണ്ടു സമ്പന്നമാണ് ഹരിദ്വാർ.

ഹരിദ്വാറിലെ പ്രധാന ക്ഷേത്രം ഗംഗാനദിയിലാണ്. പാലത്തിലൂടെയാണ് ഭക്തർ ഈ ക്ഷേത്രത്തിലേക്കെത്തുന്നത്. ഗംഗാക്ഷേത്രത്തെക്കൂടാതെ ബ്രഹ്മാവ്, വിഷ്ണു, ശിവൻ, ദുർഗ എന്നിവർക്കും ഇവിടെ ക്ഷേത്രങ്ങളുണ്ട്. ഹരിദ്വാറിന് ഇന്നത്തെ രൂപം നൽകിയത് ആറാം നൂറ്റാണ്ടിൽ വിക്രമാദിത്യന്റെ കാലഘട്ടത്തിലാണെന്ന് പറയപ്പെടുന്നു. വിക്രമാദിത്യമഹാരാജാവിന്റെ സഹോദരനായ ഭർതൃഹരിയുടെ സ്മരണാർഥമാണ് ഹരിദ്വാർ രൂപം കൊണ്ടത്. ഹരിദ്വാർ പ്രശസ്തമായ ആയുർവേദ കേന്ദ്രം കൂടിയാണ്. ഇവിടെനിന്ന് ഒരു കിലോമീറ്റർ അകലെ ശിവാലിക്

കുന്നുകളിലാണ് പ്രസിദ്ധമായ മാൻസശിവക്ഷേത്രം. മാൻസ ശിവന്റെ മകളാണ്. അവൾ ശക്തിദുർഗയുടെ അവതാരമാണ്. ആറുകിലോമീറ്റർ അകലെ നീൽ പർവത കൊടുമുടിയിലുള്ള ക്ഷേത്രമാണ് ചാന്ദിദേവീ ക്ഷേത്രം. കൂടാതെ, ശ്രാവൺനാഥക്ഷേത്രം, ഭാരത്മാതാക്ഷേത്രം, കാംഗ്ര ക്ഷേത്രം തുടങ്ങിയ പരിസരപ്രദേശങ്ങളിലുള്ള ക്ഷേത്രങ്ങൾ തീർഥാടകശ്രദ്ധയെ ആകർഷിക്കുന്നവയാണ്.കാംഗ്രക്ഷേത്രം നിർമിച്ചത് 'പഞ്ചാബ് സിംഹം' എന്നറിയപ്പെട്ടിരുന്ന മഹാരാജാ രൺജിത് സിങ് ആണ്. ഹരിദ്വാറിൽ നിന്നും 2 കിലോമീറ്റർ അകലെയാണ് സപ്തർഷി ആശ്രമം. സപ്തസരോവർ എന്നും ഇതു വിളിക്കപ്പെടുന്നു.

ഗംഗാകനാൽ ഹരിദ്വാറിനടുത്താണ്. പ്രശസ്തമായ കൻഖൽ എന്ന സ്ഥലവും ഹരിദ്വാറിലാണ്. പുരാണപ്രസിദ്ധമായ ദക്ഷപ്രജാപതിയുടെ യാഗം നടന്നതിവിടെയാണ്. ഗംഗയുടെ ഉപനദിയായ നീൽധാരയുടെ തീരത്ത്. യാഗത്തിനെത്തിയ സതി യാഗാഗ്നിയിൽ പ്രവേശിച്ചതോടെ ക്രുദ്ധനായ പരമശിവൻ സംഹാരതാണ്ഡവം ആടിയ ഇടമാണ് കൻഖൽ.

അങ്ങനെ സഞ്ചാരികളുടെയും തീർഥാടകരുടെയും മനസുകളിൽ മായാത്ത മുദ്രയായി ഹരിദ്വാർ എന്നെന്നും നിലകൊള്ളുന്നു.

ഋഷികേശ്

ഋഷികേശ് മറ്റൊരു തീർഥാടക സംഗമസ്ഥലിയാണ്. അനേകം മിത്തുകളുടെയും യാഥാർഥ്യങ്ങളുടെയും ഈറ്റില്ലമാണിത്. സ്വച്ഛശാന്തം. പുരാതനം. ഉത്തരാഞ്ചലിൽ മൂന്നു ജില്ലകളിലായി വ്യാപിച്ചുകിടക്കുന്ന പ്രശസ്തമായ ആധ്യാത്മിക കേന്ദ്രമാണിത്. ലോവർ ഹിമാലയത്തിന്റെ മടിത്തട്ടിലുള്ള ഹരിദ്വാറിലേക്ക് 24 കിലോമീറ്റർ ദൂരമാണ് ഇവിടെനിന്നുള്ളത്. ബദരീനാഥ്, കേദാർനാഥ്, ഗംഗോത്രി, യമുനോത്രി തുടങ്ങിയ തീർഥ

ഋഷികേശ്

സ്ഥലികളിലേക്കുള്ള പ്രവേശന കവാടവും ഋഷികേശാണ്. ലക്ഷക്കണക്കിന് തീർഥാടകരും സഞ്ചാരികളുമാണ് ഋഷികേശിലെത്തുന്നത്.

ഋഷികേശിന്റെ ഒരു വശത്തുകൂടി പുണ്യനദിയായ ഗംഗ ഒഴുകുന്നു. മറുവശത്ത് ശിവാലിക് പർവതനിരകൾ. സമുദ്രനിരപ്പിൽ നിന്ന് 1165 മീറ്റർ ഉയരത്തിലാണ് നിബിഡവനങ്ങളുടെ മനോഹാരിത ചാർത്തുന്ന ഈ സുന്ദരഭൂമി. യോഗിമാരുടെയും ഋഷിമാരുടെയും ആവാസവേദിയാണ് ഋഷികേശ്. ഇന്ദ്രിയങ്ങളെ നിയന്ത്രിച്ച് രൈഭ്യൻ എന്ന മഹർഷി ഇവിടെയാണ് തപസ്സുചെയ്തത്. അതുകൊണ്ടിവിടം ഋഷികേശ് എന്നറിയപ്പെട്ടു. സപ്തർഷികളും ശ്രീരാമഭരതലക്ഷ്മണ ശത്രുഘ്നന്മാരും ഇവിടെ തപസ്സനുഷ്ഠിച്ചിട്ടുണ്ട്. രാമരാവണയുദ്ധത്തിനുശേഷം പാപമോചനത്തിനായിരുന്നുവത്രേ ഈ തപസ്സ്.

മലനിരകളാൽ ചുറ്റപ്പെട്ട ലക്ഷ്മൺജൂല ഇവിടെയാണ്. പുരാതനമെങ്കിലും പുതുക്കിപ്പണിത ഒരു തൂക്കുപാലം ഗംഗാനദിക്കു കുറുകെ ഇവിടെയുണ്ട്. ഇവിടെ ലക്ഷ്മണക്ഷേത്രവുമുണ്ട്. ശ്രീരാമൻ സ്നാനം ചെയ്തു എന്നു വിശ്വസിക്കപ്പെടുന്ന ഋഷികുണ്ഡം, സന്യാസിമാരുടെ വിഹാരവേദിയായ മുനി–കി–രേവതി, ഗീതാഭവൻ എന്നിവ ഋഷികേശിന്റെ ശ്രദ്ധേയ ചിഹ്നങ്ങളാണ്. ശകുന്തളയുടെ വളർത്തച്ഛനായ കണ്വമുനിയുടെ ആശ്രമവും ഈ കുന്നിൽചെരുവുകളിലായിരുന്നുവത്രേ. നീലകണ്ഠക്ഷേത്രം, ആശ്രമങ്ങൾ, ധർമശാലകൾ, ശിവാനന്ദാശ്രമം, മഹേഷ്യോഗിയുടെ അതീന്ദ്രിയധ്യാനകേന്ദ്രം എന്നിവയും ഋഷികേശിനു സ്വന്തമാണ്. കുഞ്ചാപുരി, നീലകണ്ഠപർവതനിരകളിൽനിന്ന് ഒഴുകിയെത്തുന്ന ചന്ദ്രഭാഗാനദി ഋഷികേശിൽ വച്ചാണ് ഗംഗയുമായി ചേരുന്നത്. ഇവിടെയുള്ള ത്രിവേണിഘട്ടിലെ സ്നാനവും പവിത്രമായി കരുതിപ്പോരുന്നു. ഋഷികേശിലെ വനാന്തരങ്ങളിൽ, ഗംഗാതീരത്ത് നിരവധി കുടിലുകൾ കാണാം. ധ്യാനത്തിനും യോഗയ്ക്കും ആയുർവേദ ചികിത്സയ്ക്കുമായി അനവധി സ്വദേശി–വിദേശികൾ ഇവിടെ എത്തിച്ചേരുകയും ഈ കുടിലുകളിൽ വസിച്ച് ശാരീരിക–മാനസിക–ആധ്യാത്മിക സ്വാസ്ഥ്യങ്ങൾ അനുഭവിച്ചു മടങ്ങുകയും ചെയ്യുന്നു.

പക്ഷേ, ഋഷികേശ് മാലിന്യങ്ങളുടെ കലവറതന്നെയാണ്. സഞ്ചാരികളും സന്ദർശകരും തദ്ദേശീയരും അനുദിനം ഇവിടെ മാലിന്യങ്ങൾ നിറയ്ക്കുന്നു. ഗംഗ കരകവിഞ്ഞൊഴുകുമ്പോൾ ഈ മാലിന്യങ്ങളെ തൽക്കാലത്തേക്ക് തന്റെ ഒഴുക്കിലെടുക്കുന്നു. എങ്കിലും മനുഷ്യേർക്ക് പതിവുശീലങ്ങളിൽ നിന്നു വ്യതിചലിക്കുക വളരെ പ്രയാസം തന്നെ. ഋഷികേശിന്റെ വിസ്തൃതി 11.2 ചതുരശ്രകിലോമീറ്ററാണ്. ധാരാളം സാലവൃക്ഷങ്ങൾ വളർന്നുനിന്നിരുന്ന ഋഷികേശ് ഇന്ന് യൂക്കാലിപ്റ്റ്സ് മരങ്ങൾക്കു വഴിമാറുകയാണ്. സാലവൃക്ഷങ്ങൾ മെല്ലെമെല്ലെ അപ്രത്യക്ഷമാകുകയും ചെയ്യുന്നു.

അമർനാഥ്

സമുദ്രനിരപ്പിൽനിന്നും 14000 അടി ഉയരത്തിലാണ് പ്രസിദ്ധമായ അമർനാഥ് തീർഥാടനകേന്ദ്രം. ഹിമാലയ ശിഖരത്തിലുള്ള അമർനാഥ് ഗുഹാക്ഷേത്രത്തിലെത്താൻ ശ്രീനഗറിൽ നിന്ന് 145 കിലോമീറ്റർ താണ്ടണം. മഞ്ഞിൽ രൂപം കൊണ്ട ശിവലിംഗമാണ് ഈ ഗുഹയിലെ ആരാധനാമൂർത്തി. കാലാവസ്ഥയ്ക്കനുസരിച്ച് ഈ മഞ്ഞുവിഗ്രഹത്തിന്റെ

അമർനാഥ്

വലുപ്പത്തിനു വ്യതിയാനം സംഭവിക്കും. പൗർണമിയിലാണ് ആറടി ഉയരത്തിലുള്ള ശിവലിംഗ ദർശനം സാധ്യമാകുന്നത്. ഏകദേശം 150 അടി ഉയരവും 90 അടി വീതിയുമാണ് ഈ ഗുഹാക്ഷേത്രത്തിനുള്ളത്. ശിവാലയം എന്നു കരുതപ്പെടുന്ന ഇവിടെ വേറെയും മഞ്ഞുവിഗ്രഹങ്ങളുണ്ട്. അവ പാർവതിയുടെയും ഗണേശന്റെയുമാണ്. അമരാവതി എന്ന പുണ്യനദി അമർനാഥിലൂടെയാണ് ഒഴുകുന്നത്. മോക്ഷദായകമാണത്രേ അമരാവതിയിലെ സ്നാനം. ശിവൻ അമരത്വമുപദേശിച്ച ഇടമാണിത്. മരണഭയത്തെ ഇല്ലായ്മ ചെയ്യുവാൻ ഇവിടെ പ്രാർഥിച്ചാൽ മതിയത്രേ.

ചുറ്റിനും മനോഹരമായ താഴ്വരകളും ഹിമാവൃതമായ സാനുക്കളുമുണ്ട്. കാലാവസ്ഥ പ്രവചനാതീതമാണിവിടെ. മഴയോ മഞ്ഞുവീഴ്ചയോ ഏതുസമയത്തുമുണ്ടാകാം. ഊഷ്മാവ് –5 ഡിഗ്രി സെൽഷ്യസ് വരെ താഴാറുണ്ട്.

സഹസ്രാബ്ദങ്ങൾക്കുമുമ്പ് കാശ്മീർ താഴ്വര മുഴുവനും ജലത്തിനടിയിലായിരുന്നുവത്രേ. വലിയൊരു തടാകമായിരുന്നു ഇവിടെ. ഋഷിവര്യനായ കാശ്യപനാണ് അനേകം അരുവികളിലൂടെ ഈ ജലത്തെ ഒഴുക്കിവിട്ടത്. അക്കാലത്തൊരിക്കൽ ഭൃഗുമഹർഷി ഹിമാലയത്തിലേക്കുള്ള തീർഥയാത്രാമധ്യേ അമർനാഥിലെത്തി. അപ്പോഴാണ് ഇവിടെയുള്ള ഗുഹ അദ്ദേഹത്തിന്റെ ശ്രദ്ധയിൽപ്പെട്ടത്. ആദ്യമായി ഇവിടെ ദർശനം നടത്തിയതും ഭൃഗുമഹർഷിയാണ്. കഥ എന്തായാലും, ലക്ഷക്കണക്കിനു തീർഥാടകർ മോക്ഷാർഥികളായി അമർനാഥിലെ ഈ ഗുഹയിലെത്തുന്നു.

ശ്രാവണമാസത്തിലാണ് (ജൂലൈ - ആഗസ്റ്റ്) ഈ ശിവാലയത്തിലേക്കുള്ള അമ്പരപ്പിക്കുന്ന തീർഥാടനപ്രവാഹം. മഞ്ഞിൽ സ്വയം ഉദിക്കുകയും പൗർണമി കഴിഞ്ഞാൽ മെല്ലെ അലിഞ്ഞുപോകുകയും ചെയ്യുന്ന ഇവിടത്തെ ഹിമവിഗ്രഹങ്ങൾ തീർഥാടകർക്കെന്നും അത്ഭുതമാകുന്നു.

ബദരീനാഥ്

ഹിമാലയത്തിന്റെ ഉത്തരാഞ്ചൽ ഭാഗത്താണ് ലോക പ്രശസ്തമായ തീർഥാടനകേന്ദ്രം ബദരീനാഥ്. ശ്രീശങ്കരനാൽ സ്ഥാപിതമായ ജോഷിമഠിൽ നിന്ന് ദുർഘടമായ ഇടുങ്ങിയ മലമ്പാതകളിലൂടെ വേണം ഇവിടെ എത്തിച്ചേരാൻ. ഈ മാർഗത്തിലാണ് വിഷ്ണുപ്രയാഗ്. വിഷ്ണുപ്രയാഗിൽ വച്ചാണ് അളകനന്ദ ധൗലിഗംഗയുമായി കൂടിച്ചേരുന്നത്. വിഷ്ണുപ്രയാഗിൽ നിന്ന് ഹനുമൻചട്ടിയും കടന്നു വേണം ബദരീനാഥിലെത്താൻ. സമുദ്രനിരപ്പിൽ നിന്ന് 10585 അടി ഉയരത്തിലാണ് ബദരീനാഥ്

ബദരീനാഥ്

പ്രദേശം. സോണപ്രയാഗിൽ നിന്ന് 14 കിലോമീറ്റർ കയറ്റമാണ് ബദരീനാഥിലേക്ക്.

അളകനന്ദ എല്ലാ ലാവണ്യത്തോടെയും ഇതിലൂടെ ഒഴുകുന്നു. ബദരീനാഥിന്റെ താഴ്‌വരയിൽ ദേവതാരു, പൈൻ, ലിസ, ഭോജവൃക്ഷം എന്നിവ ധാരാളമായി വളരുന്നു. നീലകണ്ഠ കൊടുമുടിയുടെ പശ്ചാത്തലത്തിലാണ് ബദരീനാഥ് നിലകൊള്ളുന്നത്. ശ്രീശങ്കരനാൽ സ്ഥാപിതമായ ചതുർധാമങ്ങളിൽ ഒന്നാണ് ബദരീധാമം. ഭാരതത്തിന്റെ നാലുമൂലകളിലാണ് ശങ്കരാചാര്യർ ഈ ക്ഷേത്രങ്ങൾ നിർമിച്ചത്. രാമേശ്വരം, പുരി ജഗന്നാഥം, ദ്വാരക എന്നിവയാണ് മറ്റു ധാമങ്ങൾ.

ദ്വാപരയുഗാന്ത്യത്തിൽ നരനാരായണന്മാർ തപസ്സു ചെയ്ത സ്ഥലമാണ് ബദരീനാഥം എന്നു വിശ്വസിക്കപ്പെടുന്നു. ഇവിടെയുള്ള ബദരീനാഥക്ഷേത്രം നരനാരായണ പർവതങ്ങൾക്കിടയിലാണ് സ്ഥിതി ചെയ്യുന്നത്. 15 മീറ്ററിലധികം ഉയരം ഈ കരിങ്കൽ ക്ഷേത്രത്തിനുണ്ട്. കൃഷ്ണശിലയിലാണ് ഇവിടെ മഹാവിഷ്ണുവിന്റെ വിഗ്രഹം. ലക്ഷ്മിയുടെയും പ്രതിഷ്ഠയുണ്ടിവിടെ. ശ്രീശങ്കരനാണ് ഇവിടെ പുനഃപ്രതിഷ്ഠ നടത്തിയതെന്നു കരുതപ്പെടുന്നു. ഈ ക്ഷേത്രത്തിനടുത്തുള്ള രണ്ടു പുണ്യതീർഥങ്ങളാണ് തപ്തകുണ്ഡും നാരദകുണ്ഡും. തപ്തകുണ്ഡിലെ ജലത്തിനെപ്പോഴും ചൂടാണ്. 120 ഡിഗ്രി ഫാരൻഹീറ്റാണ് ഈ ജലത്തിന്റെ താപനില. ഇതിനോടു ചേർന്നുള്ള മറ്റൊരു നീരുറവയാണ് സൂര്യകുണ്ഡ്. ക്ഷേത്രത്തിലെ ചതുർബാഹു വിഗ്രഹം സാളഗ്രാമ ശില (കൃഷ്ണശില) യിലുള്ളതാണ്. നരനാരായണ പ്രതിഷ്ഠയും ഇവിടെയുണ്ട്. ഹിമസമാനമായ നാരദകുണ്ഡിൽ നിന്നാണ് ശ്രീശങ്കരൻ ഈ വിഗ്രഹം കണ്ടെടുത്ത് പ്രതിഷ്ഠിച്ചത്. ആറുമാസക്കാലമാണ് സന്ദർശകരും തീർഥാടകരും ഇവിടെ എത്തിച്ചേരുന്നത്. നവംബർ മുതൽ ഏപ്രിൽ വരെ ബദരീനാഥ് മഞ്ഞിൽ പുതച്ചുകിടക്കും. സഹനത്തിനുമപ്പുറമുള്ള തണുപ്പിൽ ഇവിടെ ആരും എത്തിച്ചേരാറില്ല. ഒക്ടോബർ മാസത്തിൽ ദീപാവലി കഴിഞ്ഞാൽ നട അടയ്ക്കും. പിന്നീട് മെയ്മാസത്തിലാണ് നട തുറക്കുന്നത്. ബദരീനാഥത്തിലെ തപ്തകുണ്ഡിലും നാരദകുണ്ഡിലും സ്നാനം ചെയ്യുന്നത് പുണ്യദായകമായി തീർഥാടകർ കരുതുന്നു.

അളകനന്ദയുടെ വലതുകരയിലുള്ള ഈ ക്ഷേത്രത്തിനടുത്ത് ഒരു വേദാന്ത പഠനകേന്ദ്രവുമുണ്ട്. തപ്തകുണ്ഡിനടുത്ത് അളകനന്ദാ തീരത്തുള്ള മറ്റൊരു ക്ഷേത്രം മാതാമൂർത്തിയുടേതാണ്. ഭാരതത്തിന്റെയും ചൈനയുടെയും അതിർത്തി പ്രദേശത്താണ് പവിത്രവും അത്യന്തം മനോഹരവുമായ ബദരീനാഥ്.

പണ്ടിവിടം ബുദ്ധമതകേന്ദ്രമായിരുന്നുവെന്നും പറയപ്പെടുന്നു. തിബത്തിലെ രാജാവായ സ്രോങ്ട് സാങ്ഗാങ് പോയുടെ അധീനതയിലായിരുന്നുവത്രേ ഈ പ്രദേശം. ബദരിയിലാണ് ശ്രീശങ്കരൻ സ്ഥാപിച്ച ജ്യോതിർമഠം. വേദപുരാണങ്ങളിൽ പരാമർശിതമാണ് ബദരീനാഥം. അതിൽ നിന്ന് ഈ പ്രദേശത്തിന്റെ പുരാതനത്വം ഊഹിക്കാവുന്നതേയുള്ളൂ.

ബദരീനാഥിലും സമീപ പ്രദേശങ്ങളിലുമായി പുണ്യസങ്കേതങ്ങളായ അഞ്ചു ബദ്രികളുണ്ട്. പഞ്ചബദ്രികൾ എന്നാണിവ അറിയപ്പെടുന്നത്. യോഗധ്യാൻ ബദ്രി, ഭവിഷ്യബദ്രി, വൃദ്ധബദ്രി, ആദിബദ്രി, ബദ്രി വിശാൽ എന്നിവയാണിവ. ഇതിൽ ഏറ്റവും വിശേഷമായത് ബദ്രിവിശാൽ എന്നറിയപ്പെടുന്ന ബദരീനാഥക്ഷേത്രമാണ്. തപ്തകുണ്ഡിനു സമീപം തീർഥാടകരുടെ ആരാധന ഏറ്റുവാങ്ങുന്ന പഞ്ചശിലകളുണ്ട്. നാരദശില, നരസിംഹശില, ബാറാശില, ഗരുഡശില, മാർക്കണ്ഡേയശില എന്നിവയാണ് പഞ്ചശിലകൾ. പഞ്ചശിലയ്ക്കരുകിലായി പഞ്ചധാരകളുമുണ്ട്. പുണ്യതീർഥങ്ങളാണ് ഈ പഞ്ചധാരകൾ. പ്രഹ്ളാദധാര, കൂർമ്മധാര, ഉർവശീധാര, ഭ്രിഗുധാര, ഇന്ദ്രധാര എന്നീ പേരുകളിലാണ് ഇവ അറിയപ്പെടുന്നത്.

മഹാവിഷ്ണു തപസ്സിരുന്ന സ്ഥലമാണ് ബദരീനാഥ് എന്നും കരുതപ്പെടുന്നു. വിഷ്ണുവിനെ കാണാതെ അലഞ്ഞ ലക്ഷ്മിദേവി ബദരീനാഥിൽ എത്തിയപ്പോൾ യോഗധ്യാനസ്ഥിതനായ വിഷ്ണുവിനെ ദർശിച്ചുവത്രേ. മഹാവിഷ്ണു കൃഷ്ണാവതാരത്തിനായി പുറപ്പെട്ടതും ബദരീനാഥിൽ നിന്നാണെന്ന് തീർഥാടകർ വിശ്വസിക്കുന്നു. മഹാഭാരത കാലഘട്ടത്തിലാണത്രേ ബദരീനാഥക്ഷേത്രം നിർമിച്ചത്.

തീർഥാടകർക്കും സഞ്ചാരികൾക്കും എന്നും ആവേശം പകരുന്ന പർവതസന്നിധിയാണ് ബദരീനാഥ്. ഹനുമൻചട്ടി, പൂക്കളുടെ താഴ്വര, അളകനന്ദ, തപ്തകുണ്ഡ്, നാരദകുണ്ഡ്, നീലകണ്ഠകൊടുമടി, നരനാരായണ പർവതങ്ങൾ, മാനാഗ്രാമം എന്നിവയെല്ലാം യാത്രികരിൽ നിറയ്ക്കുന്ന അത്ഭുതാദരാഹ്ളാദങ്ങൾക്ക് അളവില്ല. പുലർകാലത്തിലെ സൂര്യോദയം മലമടക്കുകളിലെ ഹിമാവരണത്തിൽ വിടർത്തുന്ന അനവദ്യ ദൃശ്യം മനസിൽനിന്നു മായ്ക്കാനാകില്ല. അങ്ങകലെ ഹിമനദികൾ താഴ്വരകളിലേക്ക് ഒഴുകിയിറങ്ങുന്ന കാഴ്ചയ്ക്ക് സാക്ഷ്യം വഹിക്കുമ്പോൾ നമുക്കവയെ സ്നേഹിക്കാതിരിക്കാനാകില്ല. മനുഷ്യജീവിതത്തിന്റെ നൈമിഷികതയെയും നിസ്സാരതയെയും ഓർമിപ്പിക്കുന്ന ബൃഹത്ഹിമ ശേഖരങ്ങൾ ഹൃദയത്തെ വിനയപൂരിതമാക്കുന്നു.

കേദാർനാഥ്

കേദാർനാഥ് ഉത്തരാഞ്ചൽ ഹിമാലയഭാഗത്തുള്ള ഗിരിനിരകളിൽ ഒന്നാണ്. ഗുപ്തകാശിയിൽ നിന്നാണ് കേദാർനാഥിലേക്കുള്ള വഴി. ഗുപ്ത കാശിക്കും കേദാർനാഥിനുമിടയ്ക്കാണ് സോണപ്രയാഗ്. 1829 മീറ്റർ ഉയരത്തിലാണ് ഇതിന്റെ സ്ഥാനം. ഇതൊരു നിബിഡ വനപ്രദേശമാണ്. വസുകി തടാകത്തിൽ നിന്നുത്ഭവിക്കുന്ന സോണഗംഗയും ചോരാബാരി ഹിമാനിയിൽ നിന്നുത്ഭവിക്കുന്ന മന്ദാകിനിയും സംഗമിക്കുന്നിടമാണ് സോണപ്രയാഗ്. ചോരാബാരി ഹിമാനി കേദാർനാഥിലാണ്. ഇതിൽനിന്നും മൂന്ന് അരുവികൾ ഉത്ഭവിക്കുന്നു. മന്ദാകിനി താഴ്വരയെ അഭിമുഖീക

കേദാർനാഥ്

രിച്ച് നിലകൊള്ളുന്ന കേദാർനാഥിന്റെ ഉയരം 3583 മീറ്ററാണ്. കൃഷിയും കന്നുകാലിവളർത്തലും തൊഴിലാക്കിയവരെ ഇവിടെക്കാണാം. കേദാരത്തിനു പിറകിലായി 22770 അടി ഉയരത്തിൽ മന്ദാകിനി ഹിമസ്തംഭം നിലകൊള്ളുന്നു. കേദാർനാഥിന്റെ വലതുഭാഗത്തെ പർവതശിരസിലുള്ള വലിയ തടാകമാണ് വസുകിതടാകം. അഞ്ചു മൈലാണ് ഇവിടേയ്ക്കുള്ള ദൂരം.

സോണപ്രയാഗിൽ നിന്ന് പന്ത്രണ്ടര കിലോമീറ്റർ മാറി ഒരു ഗ്രാമമുണ്ട്. ത്രിയുഗ്നാരായണ ഗ്രാമം. സത്യയുഗത്തിൽ ശിവപാർവതിമാരുടെ വിഹാരവേദിയായിരുന്നു ഇവിടമെന്നാണ് വിശ്വാസം. മൂന്നു പുണ്യതടാകങ്ങളുടെ സന്നിധിയാണ് ഈ സ്ഥലം. വിഷ്ണുകുണ്ഡ്, ബ്രഹ്മകുണ്ഡ്, രുദ്രകുണ്ഡ് എന്നിവയാണ് ആ തീർഥങ്ങൾ. സോണപ്രയാഗിലെ നരനാരായണക്ഷേത്രത്തിൽ നിന്ന് അഞ്ചു കിലോമീറ്റർ അകലെയാണ് ഗൗരികുണ്ഡ്. മനോഹരിയായ മന്ദാകിനി ഇതിനരുകിലൂടെയാണ് ഒഴുകുന്നത്. ഗൗരികുണ്ഡിന്റെ ഉയരം 1981 മീറ്ററാണ്. ഇതിനു സമീപത്തായി രണ്ടു പ്രവാഹങ്ങളുണ്ട്. ഒരു ഉഷ്ണജല പ്രവാഹവും ഒരു ശീതജല പ്രവാഹവും. ശിവപ്രീതിക്കായി ഹിമവൽപുത്രി പാർവതി തപസ്സുചെയ്തതും ഇവിടെയാണ്. നിബിഡവനങ്ങൾ താണ്ടിവേണം കേദാർനാഥിലെത്താൻ. പാതയിലെ ദുർഘടങ്ങളും മഞ്ഞിന്റെ കാഠിന്യവും യാത്രികർ നേരിടേണ്ട യാഥാർഥ്യങ്ങളാണ്.

നാലു ഗിരിശൃംഗങ്ങളുടെ വേദിയായ ചൗഖംബയുടെ പീഠനിലത്തിലാണ് കേദാർനാഥ്. ഭാരതത്തിലെ പന്ത്രണ്ട് ജ്യോതിർലിംഗങ്ങളിലൊന്നാണ് കേദാർനാഥ് ക്ഷേത്രത്തിൽ പ്രതിഷ്ഠിതമായിരിക്കുന്നത്. കേദാർനാഥിൽനിന്നും അഞ്ചുകിലോമീറ്റർ അകലെയാണ് യാത്രയിലെ ഇടത്താവളമായ റംബാറ. പ്രകൃതിഭംഗിയുടെ സമ്പന്നത ഇവിടെ ദർശനീയമാണ്. ഉത്തരകാശിയിൽനിന്ന് 284 കിലോമീറ്റർ ദൂരമാണ് കേദാർനാഥിലേക്കുള്ളത്. കേദാർനാഥിലുള്ള ശിവക്ഷേത്രം മഹാഭാരതയുദ്ധകാലത്ത് പാണ്ഡവർ നിർമിച്ചതാണെന്നു പറയപ്പെടുന്നു. പാണ്ഡവരിൽ നിന്നും ഋഷഭരൂപത്തിൽ ഒളിച്ചു കഴിഞ്ഞ മഹേശ്വരന്റെ മുതുകുഭാഗമാണിവിടെ ഭീമസേനൻ പിടികൂടി പ്രതിഷ്ഠിച്ചതെന്ന് വിശ്വസിക്കപ്പെടുന്നു. പിന്നീടുള്ള നാലു ഭാഗങ്ങൾ കുറച്ചകലെ നാലു ശിവക്ഷേത്രങ്ങളിലായാണ് പ്രതിഷ്ഠിച്ചിരിക്കുന്നത്. ജ്യോതിർലിംഗങ്ങളിൽ പരമപവിത്രമായി കരുതപ്പെടുന്നത് കേദാർനാഥിലെ പ്രതിഷ്ഠയാണ്. ശങ്കരാചാര്യർ കൈലാസത്തിൽനിന്നു കൊണ്ടുവന്ന പഞ്ചലിംഗങ്ങളിൽ ഉൾപ്പെടുന്നതാണ് കേദാർനാഥിലെ മുക്തിലിംഗ പ്രതിഷ്ഠ. ഈ ക്ഷേത്രത്തിന്റെ പുനർനിർമാണം നടത്തിയിട്ടുള്ളത് ശ്രീശങ്കരനാണ്. അഞ്ച് മലകൾ താണ്ടിവേണം കേദാർനാഥിലെത്താൻ. ചുറ്റിലും ഹിമാവരണമണിഞ്ഞ പർവതശിഖരങ്ങളാണ്. മലമ്പാതയാകട്ടെ, കുത്തനെയുള്ള കയറ്റവും. അങ്ങനെ കയറിച്ചെല്ലുമ്പോൾ മേരു – സുമേരു പർവതങ്ങൾക്കിടയിലാണ് കേദാർനാഥ്. ഇതിനു പിറകിലാണ് ചോരാബാരി ഹിമാനി.

കരിങ്കല്ലിൽത്തീർത്ത ക്ഷേത്രമാണ് കേദാർനാഥിലുള്ളത്. ഒരൊറ്റ ഭീമശിലയിൽ നിർമിച്ച മേൽക്കൂര ആരിലും വിസ്മയമുണർത്തും. വർഷത്തിൽ ആറുമാസമാണിവിടെ ക്ഷേത്രനട തുറക്കുന്നത്. മഹാശിവരാത്രിക്ക് തുറക്കും. ദീപാവലിക്ക് അടയ്ക്കും. കേദാർനാഥിന്റെ ദർശനം കിഴക്കോട്ടാണ്. ഇവിടെയുള്ള മറ്റു പ്രധാന ഇടങ്ങൾ ഭൈരോനാഥ് ശിവക്ഷേത്രം, ശങ്കരാചാര്യസമാധി, മഹാപാന്ത്, ചോരാബാരി തടാകം, വസുകിഗംഗ എന്നിവയാണ്. മഹാപാന്ത് സ്വർഗകവാടം എന്നപേരിലാണ് അറിയപ്പെടുന്നത്. വസുകിഗംഗയിലാണ് മഹാത്മജിയുടെ ചിതാഭസ്മം നിമഞ്ജനം ചെയ്തിട്ടുള്ളത്. അതിനാൽ ഗാന്ധിസരോവർ എന്നും ഇതിനു പേരുണ്ട്. കേദാർനാഥിന്റെ പശ്ചാത്തലത്തിലുള്ള ഹിമമുടികളാണ് തൃശൂൽ, നന്ദാദേവി, ദേവസ്ഥാൻ എന്നിവ. ഇടതുവശത്തായി ബദരിയിലെ നീലകണ്ഠ പർവതനിരകളുണ്ട്. മന്ദാകിനിനദിക്കു കുറുകെയുള്ള ഇരുമ്പുപാലത്തിലൂടെ സഞ്ചരിച്ചാണ് കേദാർനാഥ് ക്ഷേത്രസമുച്ചയത്തിലെത്തുന്നത്.

കേദാർനാഥ്, തുംഗനാഥ്, രുദ്രനാഥ്, കൽപ്പേശ്വർ, മധ്യമഹേശ്വർ എന്നീ പുണ്യസ്ഥലങ്ങൾ പഞ്ചകേദാർ എന്ന പേരിലാണ് അറിയപ്പെടുന്നത്. തുംഗനാഥിന്റെ ഉയരം 3680 മീറ്ററാണ്. ഋഷഭ ദേവന്റെ ബാഹു (കൈ)വാണ് ഇവിടെ പ്രതിഷ്ഠ. മണ്ഡൽചക്രയിലെ രുദ്രനാഥ് ക്ഷേത്രത്തിൽ ഋഷഭമുഖമാണ് പ്രതിഷ്ഠ. 2286 മീറ്റർ ഉയരത്തിലാണ് രുദ്രനാഥ്.

കൽപ്പേശ്വർ ഹെലാങ്ചരട്ടിയിലാണിത്. ഇവിടെ പ്രതിഷ്ഠിച്ചിരിക്കുന്നത് ഋഷഭജടയാണ്. കേദാർനാഥിൽ നിന്നു 71 കിലോമീററർ അകലെയുള്ള മധ്യമഹേശ്വറിൽ ഋഷഭനാഭീ പ്രതിഷ്ഠയാണുള്ളത്. 3490 മീറ്റർ ഉയരത്തിലാണ് മധ്യമഹേശ്വറിന്റെ സ്ഥാനം. ആകർഷകമായ കൊത്തുപണികളാൽ സമ്പന്നമാണ് പഞ്ചകേദാർക്ഷേത്രങ്ങൾ.

കേദാർനാഥിലും പരിസരത്തും അനവധി പുണ്യതീർഥങ്ങളുണ്ട്. രത്കുണ്ഡ്, ഉദക്, ഹാൻസ്കുണ്ഡ് എന്നിവ അവയിൽ ചിലതാണ്. കേദാർനാഥിനു വടക്കുഭാഗത്താണ് ദൈത്യതീർഥം. ദൈത്യതീർഥത്തെ പിശാചിന്റെ നദിയെന്നും പരാമർശിക്കുന്നു. ചോരയുടെ ചുവപ്പാണ് ഈ നദിയുടെ നിറം. ഏതു ലോഹങ്ങളെയും സ്വർണമാക്കിമാറ്റാനുള്ള ആൽക്കെമി ഈ നദിയിലുണ്ടെന്നാണ് വിശ്വാസം. ദൈത്യതീർഥത്തിനു വടക്കുമാറി അത്ഭുതങ്ങളുടെ മറ്റൊരു പ്രദേശമുണ്ട്. ഇവിടെ പതിക്കുന്ന മഴത്തുള്ളികൾ താഴെ സ്പർശിക്കുന്നതിനുമുമ്പ് മുത്തുകളായി മാറുമെന്നാണ് മറ്റൊരു വിശ്വാസം.

ഇങ്ങനെ അനേകം അത്ഭുതങ്ങളുടെ നിറവാണ് കേദാർനാഥ്. അവിശുദ്ധനെ വിശുദ്ധനും വിശുദ്ധനെ ദൈവികവും ആക്കിമാറ്റാനുള്ള സിദ്ധി ഈ പുണ്യസങ്കേതത്തിനുണ്ടെന്ന് വിശ്വസിക്കപ്പെടുന്നു. യോഗികളും സന്യാസികളും സഞ്ചാരികളും തീർഥാടകരും ഹിമാലയത്തിന്റെ ധവളിമയിൽ അജ്ഞേയമായ അനുഭൂതികൾ നുകരുന്നു. മരണത്തിനപ്പുറത്തേക്കും നീളുന്ന അനശ്വരതയെക്കുറിച്ചും ഇവിടെയെത്തുന്നവരെ കേദാർനാഥ് ഓർമിപ്പിക്കുന്നു.

14

കൈലാസവും ആദികൈലാസവും

തീർഥാടകരുടെ സാക്ഷാൽക്കാരമാണ് കൈലാസം. മേരുപർവത മായി, ഗണപർവതമായി, രജതഗിരിയായി അസംഖ്യം തീർഥാടക മനസു കളിൽ കൈലാസം ഉന്നത ശീർഷനായി നിലകൊള്ളുന്നു. വിശ്വാസി കൾക്ക് പ്രപഞ്ചത്തിന്റെ അച്ചുതണ്ടാണ് കൈലാസം. വിടർന്നു നിൽക്കുന്ന താമരദല മലകൾക്കിടയിൽ പ്രോജ്ജ്വലിക്കുന്ന രത്നമാണ് ഈ മഹാമേരു. അവിരാമമായ ആധ്യാത്മിക ശക്തിയുടെ അധിവാസകേന്ദ്രവും യോഗശ ക്തിയുടെ ഉറവിടവുമാണിത്. എത്രയെത്ര തീർഥാടകരാണ് ദിനംപ്രതി ഈ പുണ്യപർവതത്തിന്റെ സന്നിധിയിലെത്തുന്നത്. ദു:ഖപാപങ്ങളുടെ ഭാരമിറക്കി, അനിർവചനീയമായ വിശുദ്ധിയുടെ ഊർജം ഹൃദയത്തിലാ വാഹിച്ച് ഓരോ തീർഥാടകനും മടങ്ങുന്നു.

പടിഞ്ഞാറൻ തിബത്തിലെ ശംബള എന്ന സ്ഥലത്താണ് കൈലാ സത്തിന്റെ സ്ഥാനം. ഹിമാലയ പർവതനിരകളിൽ ഒറ്റപ്പെട്ടാണ് കൈലാസ പർവതനിരകൾ നിലകൊള്ളുന്നത്. സമുദ്രനിരപ്പിൽ നിന്ന് 22028 അടി ഉയരമാണ് ഈ പർവതത്തിനുള്ളത്. മഞ്ഞിൽ കുളിച്ച് നിൽക്കുന്ന ഈ കരിങ്കൽ പർവതം തിബത്തിലെ ഏറ്റവും ഉയരമുള്ള കൊടുമുടികളിൽ ഒന്നാണ്.

1715 ലാണ് ഇറ്റലിയിൽ നിന്നുള്ള യൂറോപ്യൻ മിഷനറി ഫാദർ ഇപ്പോ ലിറ്റോ ഡെസിഡെറിയാണ് ആദ്യമായി കൈലാസത്തിൽ എത്തി ച്ചേർന്നത്. തിബത്തിലെ ലാസയിൽ നിന്ന് 2000 കിലോമീറ്റർ അകലെ യാണ് കൈലാസം. കൈലാസത്തിലേക്കുള്ള യാത്രക്കാർ ആരും തന്നെ ആ കൊടുമുടി കീഴടക്കാൻ ശ്രമിക്കാറില്ല. പരിപാവനമായി കണക്കാക്ക പ്പെടുന്ന കൊടുമുടി ആയതിനാൽ അടിവാരംവരെ എത്തി യാത്ര അവസാ

കൈലാസം

നിക്കുന്നു. കൈലാസം ഹിമാവൃതമായ ഒരു പർവതം മാത്രമല്ല, മഹത്തായ സാംസ്കാരിക വിശ്വാസങ്ങളുടെയും അലൗകികമായ ഭാവനകളുടെയും കേദാരഭൂമി കൂടിയാണിവിടം.

മൂന്നു ഘട്ടങ്ങളായാണ് കൈലാസയാത്ര പൂർത്തീകരിക്കുന്നത്. ഒന്നാം ഘട്ടം കൈലാസയാത്രയാണ്. രണ്ടാം ഘട്ടം കൈലാസ്– മാനസസരോവർ പരിക്രമണം. മൂന്നാം ഘട്ടം മടക്കയാത്ര. കൈലാസപരിക്രമണത്തിന് കോറ എന്നും പേരുണ്ട്. പാപമോചനമാണ് ഈ തീർഥയാത്രയുടെ ലക്ഷ്യം. കോവർ കഴുതപ്പുറത്തിരുന്നാണ് യാത്രക്കാർ കൈലാസത്തെ പ്രദക്ഷിണം വയ്ക്കുന്നത്. ഒരു പ്രദക്ഷിണം വയ്ക്കുന്നവരും 3, 13, 108 എന്നിങ്ങനെ പ്രദക്ഷിണം വയ്ക്കുന്നവരുമുണ്ട്. 16500 മുതൽ 19500 വരെ അടി ഉയരത്തിലാണ് ഈ പരിക്രമണം. 56 കിലോമീറ്റർ ചുറ്റി സഞ്ചരിച്ചാൽ മാത്രമേ ഒരു പ്രദക്ഷിണം പൂർത്തിയാകൂ. ഔദ്യോഗിക കണക്കു പ്രകാരം പ്രദക്ഷിണ ദൈർഘ്യം 65 കിലോമീറ്ററാണ്. മൂന്ന് ദിവസങ്ങൾ കൊണ്ടാണ് കൈലാസ് പരിക്രമണം പൂർത്തീകരിക്കുന്നത്. ദർച്ചൻ എന്ന സ്ഥലത്തു നിന്നാണ് പരിക്രമണം ആരംഭിക്കുന്നത്. ദർച്ചനിൽ നിന്ന് ദേരാപുക് ക്യാമ്പ് വരെയുള്ള 28 കിലോമീറ്ററാണ് ആദ്യദിവസം പിന്നിടുന്നത്. അതിനുശേഷം അന്ന് യാത്രികർ വിശ്രമമെടുക്കുന്നു. ദേരാപുകിൽ നിന്ന് സോങ്സെർബു വരെയുള്ള 26 കിലോമീറ്റർ രണ്ടാം ദിവസം യാത്ര ചെയ്യുന്നു. ഇവിടെയാണ് ഡോർമാചുരവും ഗൗരികുണ്ഡ് തടാകവും. ഡോർമാ ചുരം കടന്നുള്ള യാത്രയാണ് പരിക്രമണത്തിലെ ഏറ്റവും പ്രയാസമേറിയ ഘട്ടം. മൂന്നാം ദിവസം സെർബുവിൽ നിന്ന് ദർച്ചൻ വരെയാണ് യാത്ര. 15 കിലോമീറ്ററാണ് ഈ യാത്രയുടെ ദൈർഘ്യം. ആയിരക്കണക്കിന് തീർഥാടകരാണ് ഓരോ വർഷവും കൈലാസ് പരി

ക്രമണത്തിൽ പങ്കെടുക്കുന്നത്. ജൈനമതസ്ഥരും ബോൺ മതവിശ്വാസികളും അപ്രദക്ഷിണമായാണ് പരിക്രമണം നടത്തുന്നത്.

കൈലാസത്തിലെ കാലാവസ്ഥ പ്രവചനാതീതമാണ്. എപ്പോഴാണ് മഞ്ഞ് പെയ്യുക, എപ്പോൾ മഴപെയ്യും, എപ്പോൾ വെയിൽ വരും എന്നൊന്നും മുൻകൂട്ടി കാണാനാകില്ല. ചെങ്കുത്തായ മലകൾക്കും താഴ്വരകൾക്കും ഇടയിലുള്ള ഇടുങ്ങിയ പാതയിലൂടെ അതീവ ശ്രദ്ധയോടെയാണ് പരിക്രമണം. കുത്തനെയുള്ള കയറ്റങ്ങളും ഇറക്കങ്ങളും സർവസാധാരണം. ഏതായാലും യാത്ര അനുവദിക്കപ്പെടുന്ന സമയം പ്രഭാതം മുതൽ മധ്യാഹ്നം വരെയാണ്. മഞ്ഞുവീഴ്ചയും മഴയും താരതമ്യേന കുറവുള്ള മെയ്മാസം മുതൽ സെപ്തംബർ വരെയാണ് കൈലാസ സന്ദർശനത്തിന് തെരഞ്ഞെടുക്കുന്ന ഏറ്റവും അനുയോജ്യ സമയം.

കൈലാസത്തിലേക്ക് പല വഴികളുണ്ട്. മഹാപ്രസ്ഥാനത്തിൽ ധർമപുത്രരും മറ്റു പാണ്ഡവരും ഇന്ദ്രപ്രസ്ഥത്തിൽ നിന്ന് ബദരീനാഥും മാനാചുരവും കടന്നാണ് കൈലാസത്തിൽ എത്തിച്ചേർന്നതെന്നാണ് വിശ്വാസം. ഉത്തരാഞ്ചലിലെ അൽമോറയിൽനിന്ന് ലിപുലേഖ് ചുരം വഴി 381 കിലോമീറ്റർ സഞ്ചരിച്ചാൽ കൈലാസത്തിലെത്താം. ധർമചുരം വഴിയുള്ള യാത്രയുടെ ദൈർഘ്യം 363 കിലോമീറ്ററാണ്. ഉണ്ടധുര വഴിയാണ് മറ്റൊരു മാർഗം. ബദരിയിലേക്കുള്ള യാത്രയിൽ ജോഷിമഠത്തിൽ നിന്ന് ഗുർള നിതിചുരം വഴിയോ ഭാംജൻ നിതിചുരം വഴിയോ കൈലാസയാത്ര നടത്താം. ഹോടി നിതിചുരം വഴിയും തീർഥാടകർ പോകാറുണ്ട്. ഗംഗോത്രിയിൽ നിന്ന് ജേലുഖാഗചുരം വഴിയും സിംലയിൽ നിന്ന് ഷിപ്കില ഗാർലാക് വഴിയും ത്ഹൂളിങ് വഴിയും കൈലാസയാത്ര സാധ്യമാണ്.

ബോൺപോകൾക്ക് (ബോൺമത വിശ്വാസികൾ) കൈലാസം പ്രപഞ്ചത്തിന്റെ പിതാവും മാനസസരോവർ മാതാവുമാണ്. ജൈനർ അഷ്ടാദ പർവതം എന്നാണ് കൈലാസത്തെ വിശേഷിപ്പിക്കുന്നത്. ജൈനമതത്തിലെ ഒന്നാമത്തെ തീർഥങ്കരനായ ഋഷഭനാഥൻ കൈലാസത്തിലാണ് വസിച്ചിരുന്നത്. അദ്ദേഹത്തിനു സത്യപ്രകാശം ലഭിച്ചതും കൈലാസത്തിൽ വച്ചാണ്.

ബോൺപോ എന്നാണ് ബോൺമത വിശ്വാസികളെ വിളിക്കുന്നത്. തിബത്തിലെ ആദിമവംശജരാണ് ബോൺപോകൾ. ബുദ്ധമതം തിബത്തിൽ വ്യാപിക്കാൻ തുടങ്ങിയതോടെ ബോൺമത വിശ്വാസികളും ബുദ്ധമത വിശ്വാസികളും തമ്മിൽ സംഘർഷങ്ങൾ ഉടലെടുത്തു. സംഘർഷങ്ങൾക്ക് അറുതി വരുത്താൻ ഒരിക്കൽ അവരൊരു മത്സരത്തിലേർപ്പെട്ടു. ബോൺമതാചാര്യനായ നാറോ ബോൺചൂനും ബുദ്ധമതാചാര്യനായ മിലാരേപയും തമ്മിലായിരുന്നു മത്സരം. ആരാണോ ആദ്യം കൈലാസ പർവതത്തിന്റെ മുകളിലെത്തുന്നത് അവരുടെ അധീശത്വം മറുകൂട്ടർ അംഗീകരിക്കണം എന്നതായിരുന്നു വ്യവസ്ഥ. അതുപ്രകാരം ബോൺചൂൻ കൈലാസാരോഹണം തുടങ്ങി. എന്നാൽ സൂര്യരശ്മിക

ളിൽ പിടിച്ചാണ് മിലാരേപ കൈലാസശൃംഗത്തിലേക്ക് കുതിച്ചത്. ഒടുവിൽ ബോൺ ചൂൻ കൈലാസോപരി എത്തിയപ്പോൾ കണ്ട കാഴ്ച മിലാരേപ അവിടെ നേരത്തെ സ്ഥാനം പിടിച്ചിരിക്കുന്നതാണ്. അങ്ങനെ കൈലാസം ബുദ്ധമതക്കാർക്കു സ്വന്തമായി. പിന്നീട് നാറോബോൺ ചൂനിനെ ആരും കണ്ടിട്ടില്ലെന്നാണ് വിശ്വാസം.

ഡെംചോട് അഥവാ ചക്രസംവര എന്ന രക്ഷാമൂർത്തിയുടെ ആസ്ഥാനമാണ് കൈലാസം എന്നാണ് ബോൺപോകൾ വിശ്വസിക്കുന്നത്. തൊട്ടടുത്തുള്ള ടിജങ് പർവതം ഡെംചോടിന്റെ പത്നിയായ ഡോർജെ പാങ്മോയുടെ കിരീടമായും അവർ കരുതുന്നു. കൈലാസത്തെ സ്വസ്തിക് പർവതം എന്നാണ് ബോൺപോകൾ വിളിക്കുന്നത്. ഏഴു നിലകളും ഒൻപതു മുഖങ്ങളുമുള്ള പർവതമാണ് ബോൺപോകൾ. പ്രപഞ്ചത്തിന്റെ ആത്മാവെന്നുള്ള അർഥത്തിൽ കാങ്ടിസെ എന്നും അവർ കൈലാസത്തെ വിശേഷിപ്പിക്കുന്നു.

താന്ത്രിക ബുദ്ധമത വിശ്വാസപ്രകാരം ബുദ്ധന്റെ ഇരിപ്പിടമാണ് കൈലാസം. ഭൂട്ടാൻ, നേപ്പാൾ, മംഗോളിയ, തിബത്ത് എന്നിവിടങ്ങളിലെ ബുദ്ധമതസ്ഥർക്ക് ഈ കൊടുമുടി കാങ്റിൻപോച്ചേ ആണ്. തിബത്തൻ വിശ്വാസത്തിൽ കൈലാസത്തിന്റെ വടക്കു ഭാഗത്തുള്ള സിംഹവായിൽ നിന്ന് സെംഗേ ഖംബാബ് നദിയും തെക്കുഭാഗത്തുള്ള മയിൽവായിൽ നിന്ന് മാപ്ചു ഖംബാബ് നദിയും കിഴക്കു ഭാഗത്തുള്ള കുതിര വായിൽ നിന്ന് ടാംചോക് ഖംബാബ് നദിയും പടിഞ്ഞാറുഭാഗത്തുള്ള ആനവായിൽ നിന്ന് ലാൻഗ്ചെൻ ഖംബാബ് നദിയും ഉത്ഭവിക്കുന്നു. ആകാശത്തിലെ ക്ഷീരപഥം തിബത്തിലെ രാജാവ് സ്വർഗാരോഹണം നടത്തിയ പാതയാണെന്നും ഇവർ കരുതിപ്പോരുന്നു. ബുദ്ധമത തീർഥാടന കേന്ദ്രമായ കൈലാസത്തിൽ ബുദ്ധമതത്തിലെ കാർഗ്യ വിഭാഗക്കാർ വിഹാരങ്ങൾ സ്ഥാപിച്ചിട്ടുണ്ട്. ചൈനക്കാർ കാങ്ഗ്രിൻ ബോഖ് എന്നാണ് കൈലാസത്തെ വിളിക്കുന്നത്. തിബത്തൻ ഭാഷയിലുള്ള കാങ്റിൻ പോച്ചേ എന്ന പേരിന് അമൂല്യമായ സ്ഫടികക്കല്ല് എന്നാണർഥം. സ്ഫടിക സമാനമായി തിളങ്ങുന്ന ഈ പർവതം അവർക്കേറ്റവും പരിപാവനമാണ്.

മേരുവെന്നും സുമേരുവെന്നും വിളിക്കപ്പെടുന്ന കൈലാസത്തിന് ഭാരതീയ ഭാവനയിൽ വൈശിഷ്ട്യങ്ങളേറെയാണ്. 94000 യോജനയാണ് കൈലാസത്തിന്റെ ഉയരം പൗരാണികർ കണക്കാക്കിയിട്ടുള്ളത്. ആറു താമരദലങ്ങൾ പോലെയുള്ള പർവത ശൃംഗങ്ങൾക്കു നടുവിൽ പരമശിവന്റെ ആവാസ കൊടുമുടി നിലകൊള്ളുന്നതായി വിശ്വാസികൾ കരുതുന്നു. ഭഗീരഥപ്രയത്നം മൂലം ആകാശഗംഗ താഴോട്ടു പതിച്ചപ്പോൾ കൈലാസം അതിന്റെ നെറുകയിൽ ആ പുണ്യനദിയെ സ്വീകരിച്ചുവെന്നും, ഗംഗയുടെ പതനാഘാതം ഏറ്റുവാങ്ങാനുള്ള കരുത്ത് ഭൂമിക്കില്ല എന്നു കരുതിയതിനാലാണത്രേ ശിവൻ ഈ ദൗത്യം ഏറ്റെടുത്തതെന്നും വിശ്വസിക്കപ്പെടുന്നു. മഹാദേവന്റെ കിരീടമാണ് ഈ കൊടുമുടി. നാലു

മുഖങ്ങൾ ഈ പർവതരാജനുണ്ട്. ഓരോ മുഖത്തിനും ഓരോ നിറവുമുണ്ട്. കിഴക്കോട്ടു തിരിഞ്ഞിരിക്കുന്ന മുഖത്തിന് സ്ഫടികവർണമാണ്. പടിഞ്ഞാറെ മുഖത്തിന് മാണിക്യത്തിന്റെ നിറം, വടക്കോട്ടുള്ള മുഖത്തിന് സുവർണ നിറവുമാണുള്ളത്. നീലകലർന്ന രജതനിറമാണ് തെക്കുദിശയിലേക്കുള്ള മുഖത്തിനുള്ളത്.

കുബേരൻ ജീവിക്കുന്നത് കൈലാസത്തിലാണെന്ന് പുരാണം. ദ്രൗപദിക്കുവേണ്ടി സൗഗന്ധികപുഷ്പം തേടിപ്പോയ ഭീമസേനൻ ഇവിടെ കുബേരന്റെ താമരപ്പൊയ്കയിലാണ് എത്തിച്ചേർന്നതത്രേ. ഇന്ദ്രന്റെ ആസ്ഥാനവും കൈലാസമാണ്. ഇത് സ്വർഗഭൂമിയാണ്. ബ്രഹ്മാവിന്റെ വരം ലഭിച്ച് ശക്തനായിത്തീർന്ന ലങ്കേശ്വരൻ രാവണൻ ഒരിക്കൽ കൈലാസത്തെ തന്റെ കയ്യിലെടുത്ത് അമ്മാനമാടുകയുണ്ടായി. ക്ഷീരപഥം സുമേരുവിലേക്കുള്ള പാതയാണ്. സൂര്യചന്ദ്രന്മാരും നക്ഷത്രങ്ങളുമടങ്ങുന്ന ഈ മഹാപ്രപഞ്ചം മുഴുവനും കൈലാസത്തിനെ പ്രദക്ഷിണം വയ്ക്കുന്നു. അതുകൊണ്ടാണ് കൈലാസപരിക്രമണത്തിന് ഏറെ പാവനത കൽപ്പിക്കപ്പെടുന്നത്.

മലയിടുക്കുകൾ ചുറ്റിക്കയറി അനേകം തീർഥാടകർ ഈ പർവത സന്നിധിയിലെത്തുന്നു.ഓരോ രാഷ്ട്രത്തിനും ഓരോ സങ്കൽപ്പം പ്രദാനം ചെയ്ത് ഓരോ മനസിലും അത്ഭുതാദരങ്ങൾ നിറച്ച്, സഞ്ചാരികൾക്കും ആത്മാന്വേഷികൾക്കും ഊർജം പകർന്ന്, സാഹിത്യത്തിലും പുരാണേതിഹാസങ്ങളിലും അതുല്യസ്ഥാനം നേടി, വിസ്മയാവഹമായ വിശ്വാസങ്ങൾക്കു പാത്രമായി ഈ ദേവഭൂമി നിലകൊള്ളുന്നു.

15

ആദികൈലാസും പാർവതീതാലും

ഹിമവാന്റെ മടിത്തട്ടിൽ കുമയൂൺ പ്രദേശത്താണ് ആദികൈലാസ്. ഉത്തർഖണ്ഡ് സംസ്ഥാനത്തിലെ പിത്തോരഡഢ് ജില്ലയിൽ ഇന്ത്യയുടെയും ചൈനയുടെയും അതിർത്തിയിൽ വടക്കേ അറ്റത്താണ് ആദികൈലാസം ഉൾപ്പെടുന്ന ഹിമാലയപർവത നിരകളുടെ സ്ഥാനം.

സമുദ്രനിരപ്പിൽ നിന്നും 21000 അടി ഉയരത്തിലാണ് ആദികൈലാസ നിരകൾ. മഞ്ഞിൽ പുതച്ചു കിടക്കുന്ന മലകളുടെ നിരവധി ശൃംഗങ്ങൾ ഇവിടെക്കാണാം. വടക്കുദിശയ്ക്ക് അഭിമുഖമായാണ് ആദികൈലാസം നിലകൊള്ളുന്നത്. വെണ്മയാർന്ന ഗിരിനിരകൾ കാവൽനിൽക്കുന്ന ഈ പർവതത്തിൽ പച്ചപ്പുല്ലു നിറഞ്ഞ് വൃത്താകൃതിയിൽ മനോഹരമായ പ്രദേശമുണ്ട്. നിരവധി പുഷ്പങ്ങൾകൊണ്ടും ഈ പർവതഭാഗം അലംകൃതമാണ്. ആർച്ചുപോലെ കാണപ്പെടുന്ന ആദികൈലാസനിരകൾ ജൊളിങ് കോങ്ങിന്റെ തെക്കുപടിഞ്ഞാറു ഭാഗത്താണ്.

ഇവിടെനിന്ന് മൂന്നു കിലോമീറ്റർ അകലെയാണ് പാർവതീതാൽ. പാർവതീതാൽ വിശാലമായൊരു തടാകമാണ്. തടാകത്തിനു ചുറ്റും വർണക്കല്ലുകളുടെ നിരകളുണ്ട്. അഞ്ചു ചതുരശ്ര കിലോമീറ്റർ വിസ്തൃതിയാണ് പാർവതീതാലിനുള്ളത്. ദക്ഷന്റെ മകളായ സതീദേവിയും സതീദേവിയുടെ അഗ്നിപ്രവേശത്തിനുശേഷം പുനർജനിച്ച പാർവതീദേവിയും നീരാടിയത് ഈ സരസിലാണ് എന്നു വിശ്വസിക്കപ്പെടുന്നു.

ആദികൈലാസത്തിൽ ശിവപാർവതിമാരുടെ ഒരു ക്ഷേത്രമുണ്ട്. ഇവിടെക്കാണുന്ന അഞ്ചു പർവതശൃംഗങ്ങൾ പാണ്ഡവപർവത നിരകൾ എന്നാണ് അറിയപ്പെടുന്നത്. ആദികൈലാസത്തിലേക്കുള്ള യാത്ര അതീവ ദുഷ്കരമാണ്. കുന്തീനദിയുടെ പ്രവാഹം ആരംഭിക്കുന്നത് ആദികൈലാസത്തിൽനിന്നാണ്.

ഛോട്ടാകൈലാസ് അഥവാ കൊച്ചു കൈലാസ് എന്നാണ് തിബത്തുകാർ ഈ ഇന്ത്യൻ കൈലാസത്തെ വിളിക്കുന്നത്. ദർച്ചുളയിൽ നിന്ന് 120 കിലോമീറ്ററാണ് ആദി കൈലാസത്തിലേക്കുള്ള ദൂരം. ആദികൈലാസ യാത്ര ആരംഭിക്കുന്നത് തവാഘട്ടിൽ നിന്നാണ്. യാത്രാപഥത്തിൽ കാളി നദീതീരം കടക്കുമ്പോൾ അന്നപൂർണ പർവതത്തിന്റെ മനോഹരദൃശ്യം കണ്ണിൽപ്പതിയുന്നു.

കൈലാസയാത്രയിൽ ഗുൻജി എന്നൊരു ക്യാമ്പുണ്ട്. ഇവിടെ നിന്നാണ് ആദികൈലാസത്തിലേക്കുള്ള യാത്ര തിരിയുന്നത്. ദൂരം 22 കിലോമീറ്റർ. ആദികൈലാസത്തിന്റെ അടിവാരത്തിൽ കുടി എന്നൊരു ഗ്രാമമുണ്ട്. പാണ്ഡവ മാതാവായ കുന്തിയുടെ പേരിൽ നിന്നാണത്രേ കുടി ഉണ്ടായിട്ടുള്ളത്. പാണ്ഡവർ ഇവിടെ ജീവിച്ചിരുന്നുവെന്നും വേദവ്യാസനും ഇവിടെയാണ് വസിച്ചിരുന്നതെന്നും ഭോട്ടിയ ഗോത്രക്കാർ വിശ്വസിച്ചു പോരുന്നു.

16

മാനസഹാരിയായ മാനസസരോവർ

ഇതിഹാസങ്ങൾ, പുരാണങ്ങൾ, കഥകൾ, കവിതകൾ, ഭാവനകൾ, അനുഭവങ്ങൾ എന്നിവയിലെല്ലാം ഇടം നേടി, ഭാരതീയ ജനമനസുകളെ എക്കാലവും ആകർഷിച്ചിട്ടുള്ള, തടാകമാണ് ഹിമാലയത്തിലെ മാനസസരോവർ. സൃഷ്ടിയുടെ ദേവനായ ബ്രഹ്മാവിന്റെ മാനസസൃഷ്ടിയാണ് മാനസസരോവർ എന്നു വിശ്വസിക്കപ്പെടുന്നു. ബ്രഹ്മപുത്രന്മാർക്ക്

മാനസസരോവർ

പിതൃകർമം അനുഷ്ഠിക്കുന്നതിന് വേണ്ടിയാണ് ബ്രഹ്മാവ് തന്റെ മനസിന്റെ പ്രതിഫലനമായി ഈ സരോവരം സൃഷ്ടിച്ചത്. 12 വർഷങ്ങൾ അവർ ഈ സരസിനെ കാത്തുരക്ഷിച്ചു എന്നുമുണ്ട് വിശ്വാസം.

സ്വർഗത്തിലെ അരയന്നങ്ങളുടെ വിഹാരവേദിയാണ് സരോവരം. പൗർണമിരാത്രികളിൽ അപ്സരസുകൾ നീരാട്ടിനെത്തുന്നതും ഇവിടെയാണത്രേ! അതുകൊണ്ട്, സന്ദർശകരോ തീർഥാടകരോ പൗർണമിയിൽ സരോവരത്തിലേക്കു നോക്കാൻ പാടില്ല.

കൈലാസ പർവതത്തിന്റെ താഴ്വരയിലാണ് മാനസസരോവർ. ഹിമാലയത്തിലേക്കുള്ള ഏറ്റവും പുണ്യപ്രദായകമായ തീർഥാടനം കൈലാസ് മാനസസരോവർ യാത്രയാണ്. വടക്കുഭാഗത്ത് കൈലാസവും പടിഞ്ഞാറ് തിബത്തൻ പീഠഭൂമിയും തെക്ക് ഗുർളമന്ധത പർവതവും മാനസസരോവറിന് കാവൽ നിൽക്കുന്നു. സമുദ്രനിരപ്പിൽ നിന്നും 4727 മീറ്റർ ഉയരത്തിലാണ് ഇതിന്റെ സ്ഥാനം. തിബത്തുകാർ മാനസസരോവറിനു നൽകിയിട്ടുള്ള പേര് ട്സോ മഫാം എന്നാണ്. അപരാജിത തടാകം എന്നാണിതിനർഥം. ട്സോ റിങ്പോച്ചേ അഥവാ അമൂല്യ തടാകമെന്നും അവരിതിനെ വിളിക്കുന്നു. പാലി ഭാഷയിൽ അനോഷ്, അനുതപ്ത എന്നീ പേരുകളും സരോവരത്തിനുണ്ട്. തണുത്ത വെള്ളമുള്ള തടാകം എന്നാണ് ഈ പേരുകൾ കൊണ്ട് അർഥമാക്കുന്നത്. ഉദ്യാനകം, അച്ഛോദ സരസ് എന്നും മാനസസരസ് വിളിക്കപ്പെടാറുണ്ട്.

മാനസസരോവറിന് വൃത്താകൃതിയാണുള്ളത്. 88 മീറ്റർ താഴ്ചയും 110 ചതുരശ്ര മീറ്റർ ചുറ്റളവും 320 ചതുരശ്ര കിലോമീറ്റർ പരപ്പുമാണ് സരോവറിനു കണക്കാക്കപ്പെടുന്നത്. ലോകത്തിൽ, ഏറ്റവും ഉയരത്തിലുള്ള ശുദ്ധജലതടാകമാണ് തിബത്തിലെ സ്വയംഭരണ പ്രദേശത്തു സ്ഥിതി ചെയ്യുന്നത്. മഞ്ഞുകാലത്ത് തണുത്തുറയുന്ന ഈ തടാകം വസന്തഋതുവിൽ ഉരുകാൻ തുടങ്ങുന്നു. കൈലാസ പർവതത്തിൽ നിന്നാണ് മാനസസരോവറിലേക്ക് ജലം ഒഴുകിയെത്തുന്നത്. രണ്ടു ദിവസം കൊണ്ട് 85 കിലോമീറ്റർ സഞ്ചരിച്ചാണ് തീർഥാടകർ മാനസസരോവർ പരിക്രമണം പൂർത്തിയാക്കുന്നത്. സരോവരത്തിന്റെ വടക്കേ അറ്റത്തുള്ള 25 കിലോമീറ്റർ പരിക്രമണത്തിൽ ഉൾപ്പെടുത്താറില്ല. മലനിരകളാൽ ചുറ്റപ്പെട്ടുകിടക്കുന്ന സരസിനെ കാൽനടയായി പ്രദക്ഷിണം വെക്കുക എന്നത് ഏറെ ദുഷ്കരമാണ്. സരോവറിന്റെ അടിവാരത്തുള്ള മലനിരകൾ ചുറ്റിയാണ് തീർഥാടകരുടെ പ്രദക്ഷിണം. ആദ്യത്തെ ദിവസത്തെ പരിക്രമണംകൊണ്ട് യാത്രികർ കിഴക്കുഭാഗത്തുള്ള സെറുലാംഗ് മൊണാസ്ട്രി വരെ എത്തിച്ചേരുന്നു. രണ്ടാം ദിവസത്തെ യാത്ര കൊണ്ട് പരിക്രമണം പൂർത്തിയാക്കുന്നു. ന്യാഗോ, ഛൂഗ്ഗ എന്നിവയാണ് പരിക്രമണ വഴിയിലെ മറ്റു രണ്ട് മൊണാസ്ട്രികൾ.

മുഗൾ ചക്രവർത്തിയായ അക്ബറിന്റെ ഭരണകാലത്താണ് മാനസസരോവറിന്റെ ഉത്ഭവം കണ്ടെത്തുന്നതിനുള്ള യാത്ര നടന്നിട്ടുള്ളത്. 16–ാം നൂറ്റാണ്ടിന്റെ മധ്യത്തിലാണ് ഈ നിയോഗവുമായി അക്ബർ ഒരു സംഘം

സത്‌ലജ് നദി

പട്ടാളക്കാരെ തിബത്തിലേക്ക് അയച്ചത്. 1811 ൽ മാനസസരോവറിലേക്ക് യാത്രനടത്തിയ ബ്രിട്ടീഷ് യാത്രികനാണ് വില്യം മൂർക്രാഫ്റ്റ്. മാനസ സരോവറിലെത്തിയ അദ്ദേഹം ഹിമാലയത്തെയും മാനസസരോവറി നെയും പറ്റി വ്യക്തമായ വിവരണം നൽകുകയുണ്ടായി.

സത്‌ലജ് നദിയുടെ ഉത്ഭവം മാനസസരോവറിൽ നിന്നാണ്. സിന്ധു നദിയുടെ ഏറ്റവും കിഴക്കു ഭാഗത്തുള്ള പോഷകനദിയാണ് സത്‌ലജ്. സരോവരത്തിനടുത്തുനിന്നു തന്നെയാണ് ബ്രഹ്മപുത്ര, സിന്ധു, കർ ണാലി എന്നീ നദികളുടെയും ഉത്ഭവം. തിബത്തുകാരുടെ വിശ്വാസ പ്രകാരം മാനസസരോവറിന് നാല് വായകളുണ്ട്. ഓരോ വായയ്ക്കും കുതിര, ആന, മയിൽ, സിംഹം എന്നീ പേരുകളാണുള്ളത്. നാല് വായകളിൽ നിന്ന് നാല് നദികൾ ഉത്ഭവിക്കുന്നു. കിഴക്കോട്ട് തുറന്നിരി ക്കുന്നത് കുതിര വായയാണ്. ഇതിൽ നിന്നാണ് ബ്രഹ്മപുത്രനദിയുടെ ഉത്ഭവം. ആനവായ തുറന്നിരിക്കുന്നത് പടിഞ്ഞാറ് ദിശയിലേക്കാണ്. സത്‌ലജിന്റെ ഉത്ഭവം ഇവിടെ നിന്നാണ്. തെക്കോട്ടു തുറന്നിരിക്കുന്ന മയിൽ വായയിൽ നിന്നാണ് ഗംഗയുടെ പോഷക നദിയായ കർണാലി

ഉത്ഭവിക്കുന്നത്. സിംഹവായിൽ നിന്നാണ് സിന്ധുനദിയുടെ ഉത്ഭവം.

1949 മുതൽ 1980 വരെ മാനസസരോവറിലേക്കുള്ള യാത്ര അനുവദിച്ചിരുന്നില്ല. 1980 നുശേഷം ഈ മലമ്പാത തുറന്നുകൊടുത്തു. സ്വദേശീയരും വിദേശീയരുമായ അനവധി യാത്രക്കാരാണ് ദിനംപ്രതി മാനസസരോവർ യാത്രയ്ക്കെത്തുന്നത്. പരിപാവനതയുടെ തീരമാണ് മാനസസരോവർ. മഞ്ഞിന്റെ വെള്ളക്കുപ്പായമണിഞ്ഞ മലനിരകൾക്കുള്ളിൽ അനേക ഹൃദയങ്ങൾക്ക് ആനന്ദവും ശാന്തിയും പകർന്ന്, യാത്രയുടെയും അനവദ്യ കാഴ്ചകളും പ്രദാനംചെയ്ത് സഹസ്രാബ്ദങ്ങളായി മാനസസരോവരം നിലകൊള്ളുന്നു. ഈ സരോവര തീരത്ത് ബുദ്ധവിഹാരങ്ങളുണ്ട്. പുരാതനമായ ച്യൂ ഗോംപാ മൊണാസ്ട്രി ഇവിടെ കുത്തനെയുള്ള ഒരു മലഞ്ചെരുവിലാണ് സ്ഥിതി ചെയ്യുന്നത്. ജൈനമത വിശ്വാസികൾക്കും ബോൺമത വിശ്വാസികൾക്കും മാനസസരോവർ ആരാധ്യസ്ഥലിയാണ്. വേനൽക്കാലങ്ങളിൽ ഹംസങ്ങളുടെ വിഹാരകേന്ദ്രമായി വിശ്വസിക്കപ്പെടുന്ന മാനസസരോവറിൽ നിരവധി പക്ഷികളെ കാണാം. ബ്രാഹ്മമുഹൂർത്തത്തിൽ ദേവകൾ സ്നാനത്തിന് ഇവിടെ എത്താറുണ്ടത്രേ!

17

രാവണ സ്നാനത്തിന് രാക്ഷസതടാകം

ഹിമാലയത്തിൽ ഒരു രാക്ഷസ തടാകമുണ്ട്. രാക്ഷസതാൽ എന്നാണിതിന് പേര്. ഇതൊരു കൊച്ചു തടാകമാണ്. പടിഞ്ഞാറൻ തിബത്തിലുള്ള മാനസസരോവറിൽനിന്ന് 35 കിലോമീറ്ററാണ് ഈ തടാകത്തിലേക്കുള്ള അകലം. 45 ചതുരശ്ര കിലോമീറ്ററാണ് രാക്ഷസതാലിന്റെ വിസ്തൃതി. രാവണഹിദ്ര എന്നും ഇതിനു പേരുണ്ട്.

മഞ്ഞുകാലത്ത് ഈ തടാകജലം ഉറഞ്ഞ് കട്ടിയാകും. അതുകൊണ്ട് ജൈവസാന്നിധ്യം ഇതിനില്ല.

ഒരിക്കൽ രാവണൻ ഒരു ശ്രമം നടത്തി. കൈലാസത്തെ ലങ്കയിലേക്കു കൊണ്ടുപോകുകയായിരുന്നു ലക്ഷ്യം. രാവണൻ വലിയൊരു വടമെടുത്ത് കൈലാസത്തെ ചുറ്റി വരിഞ്ഞു, ആഞ്ഞു വലിച്ചു. പക്ഷേ, കൈലാസം അനങ്ങിയില്ല. രാവണശ്രമം പരാജയപ്പെട്ടു. എന്നാൽ ലങ്കാധിപതിയുടെ വലിയുടെ ശക്തിയിൽ കയറിന്റെ അടയാളം കൈലാസത്തിൽ പതിഞ്ഞു. കൈലാസത്തിൽ ഇപ്പോഴും കാണപ്പെടുന്ന അടയാളം രാവണപ്രയത്നത്തിന്റെ ഫലമാണത്രേ. രാവണയത്നത്തിനിടയിൽ ആ രാക്ഷസരാജാവിന്റെ ശരീരത്തിൽ നിന്ന് ഒരു തുള്ളി വിയർപ്പ് തറയിൽവീണു. ആ വിയർപ്പുതുള്ളിയിൽ നിന്നാണ് രാക്ഷസതാൽ ഉത്ഭവിച്ചതെന്ന് ഐതിഹ്യം. രാവണൻ സ്നാനം ചെയ്തതിനാലാണ് തടാകത്തിന് ഈ പേരു ലഭിച്ചതെന്നും വിശ്വാസമുണ്ട്.

രാവണൻ ഒരുനാൾ കൈലാസത്തിലെത്തി. പരമശിവനെ കാണുകയായിരുന്നു ലക്ഷ്യം. എന്നാൽ കാവൽക്കാരനായി നിന്ന നന്ദികേശൻ രാവണനെ അകത്തേക്കു പ്രവേശിപ്പിച്ചില്ല. നന്ദിയുടെ ഈ അഹങ്കാരം രാവണനെ ക്ഷുഭിതനാക്കി. മറ്റൊന്നും പിന്നീട് ആ രാക്ഷസരാജൻ ആലോചിച്ചില്ല. രാവണൻ തന്റെ കൈകളാൽ കൈലാസമെടുത്തു

രാക്ഷസതാൽ

യർത്താൻ ശ്രമം തുടങ്ങി. കൈലാസം അങ്ങനെ ഒന്നിളകി. ഇതറിഞ്ഞ കൈലാസാധിപതി തന്റെ വിരൽകൊണ്ട് കൈലാസത്തിൽ ഒന്നമർത്തി. കൈലാസം അപ്പോൾ യഥാസ്ഥാനത്തുറച്ചുനിന്നു. അതിനടിയിൽപ്പെട്ട് രാവണന്റെ വിരൽഞെരിഞ്ഞു. എത്ര ശ്രമിച്ചിട്ടും രാവണന് വിരൽ തിരിച്ചെടുക്കാനായില്ല.

ഒടുവിൽ പ്രാർഥന മാത്രമായി ശരണം. രാവണൻ പ്രാർഥിക്കാൻ തുടങ്ങി. ആയിരം വർഷങ്ങൾ ആ പ്രാർഥന തുടർന്നു. അവസാനം മഹാദേവൻ പ്രത്യക്ഷനായി. രാവണന് കൈവിരൽ തിരിച്ചെടുത്ത് നൽകുകയും ചെയ്തു. കൂട്ടത്തിൽ ചന്ദ്രഹാസം എന്നൊരായുധവും ശിവൻ രാവണനു സമ്മാനിച്ചു. ആയിരം വർഷങ്ങൾ രാവണനിരുന്നു പ്രാർഥന നടത്തിയ ഇടം വലിയൊരു കുഴിയായിത്തീർന്നു. ഇതിൽ ജലം നിറഞ്ഞാണ് രാക്ഷസതാൽ ഉണ്ടായതെന്നും വിശ്വാസമുണ്ട്.

മറ്റൊരിക്കൽ ഒരു സ്വർണമത്സ്യം ശത്രുവിൽനിന്നു രക്ഷ തേടി രാക്ഷസതാലിലെത്തി. കരയിൽ ഒരു ചാലുകീറിയാണ് സ്വർണമത്സ്യം താലിലെത്തിയത്. അതോടെ രാക്ഷസതാലിലെ ജലം വിശുദ്ധമായി എന്നും പറയപ്പെടുന്നു. ഗംഗാ ചു എന്ന ആ ചാലിനു ആറു കിലോമീറ്ററാണ് നീളം. നൂറ്റാണ്ടുകളായി ഗംഗാ ചു ജലരഹിതമായി. തന്മൂലം അപ്രത്യക്ഷമാകുകയും ചെയ്തു.

കഥകൾ എന്തായിരുന്നാലും രാക്ഷസതാലിന്റെ തടങ്ങളിൽ സ്വർണനിക്ഷേപമുള്ളതായി കണ്ടെത്തിയിട്ടുണ്ട്. 1900ൽ ഇവിടെ ഖനനത്തിനുള്ള ശ്രമവും നടക്കുകയുണ്ടായി. അങ്ങനെ ഒരു സ്വർണഖനിയും ഇവിടെ ആരംഭിച്ചു. പക്ഷേ, ആ പ്രയത്നം ഫലം കണ്ടില്ല. ഖനിയിൽ പണിക്കെത്തിയവർ വസൂരി ബാധിതരായി. അതോടെ സ്വർണഖനനവും അവസാനിച്ചു.

18

ജൈവവൈവിധ്യങ്ങളുടെ ഹിമാലയം

പ്രകൃതിസ്നേഹികളുടെ സ്വപ്നഭൂമിയാണ് ഹിമാലയം. മഞ്ഞു മൂടിയ മലനിരകൾ, വൈവിധ്യമാർന്ന വനഭൂമികൾ, വന്യജീവികൾ, വന്യ ജീവി സംരക്ഷണകേന്ദ്രങ്ങൾ, ദേശീയോദ്യാനങ്ങൾ, ചെറുപ്രാണികൾ അങ്ങനെ ആ നിര നീളുന്നു.

ഹിമാലയൻ താഴ്വരകളിലുള്ള കാടുകൾ വിസ്തൃതിയേറിയവ

ഹിമാലയൻ കാടുകൾ

യാണ്. ഇടതൂർന്ന വനാന്തരങ്ങളിൽ സസ്യലതാദികളും ചെറുപ്രാണികളും സമൃദ്ധമാണ്. പശ്ചിമഭാഗത്തേക്കാൾ ഹിമാലയത്തിന്റെ കിഴക്കൻ മേഖലകളിലാണ് ജീവന്റെ പ്രസരിപ്പ് കൂടുതലും. കഴിഞ്ഞ 30, 40 ദശലക്ഷം വർഷങ്ങളായി ഈ കാടുകളിങ്ങനെ നിർഭരമായി നിൽക്കുന്നുവെന്ന ചിന്ത എത്ര ഉന്നതമായ വൈകാരികഭാവങ്ങളാണ് സൃഷ്ടിക്കുക! ഓക്ക്, പൈൻ, ഫിർ, ജൂനിപെർ, ദേവതാരു, ശിഷം, തേക്ക്, സാൽ തുടങ്ങിയ വൃക്ഷങ്ങളുടെ നിർഭര ഭൂമിയാണ് ഇവിടം. ആകാശങ്ങൾ തേടിവളരുന്ന വൃക്ഷ മുത്തച്ഛന്മാർ, നിശ്ശബ്ദതയിലും സംഗീതമുണർത്തുന്ന ചെറുപ്രാണികൾ, വള്ളിച്ചെടികളും കുറ്റിച്ചെടികളും പന്നൽചെടികളും മരങ്ങളോടു മത്സരിച്ചു വളരുകയാണിവിടെ. ഓർക്കിഡുകളും ലില്ലി പൂക്കളുമുണ്ട്. അപൂർവമായ ഔഷധസസ്യങ്ങളുടെ കലവറ കൂടിയാണിത്.

ഉയരങ്ങൾ താണ്ടുന്തോറും കാടുകൾ പതുക്കെ അപ്രത്യക്ഷമാകാൻ തുടങ്ങുന്നു. മഞ്ഞുമേഖലയിൽ വളർച്ച മുരടിച്ച കുറ്റിച്ചെടികൾക്കാണു സ്ഥാനം. പ്രാണി പ്രപഞ്ചം ഹിമാലയത്തിൽ ശ്രദ്ധേയമാണ്. ബ്രസീലിയൻ കാടുകൾ കഴിഞ്ഞാൽ ഇത്രയധികം വ്യത്യസ്തതകൾക്കിടം നൽകുന്ന കാടുകൾ ഹിമാലയത്തിലാണുള്ളത്. 600 ഇനങ്ങളിൽപ്പെട്ട ചിത്രശലഭങ്ങൾ ഇവിടെയുണ്ട്. സ്വാളോ ടെയിത്സിന്റെ 42 തരങ്ങൾ, 154 തരത്തിൽപ്പെടുന്ന ബ്ലൂസ്, 2000 വിഭാഗങ്ങളിൽപ്പെടുന്ന ഈയലുകൾ, കൊതുകുകൾ, ചീവീടുകൾ, വവ്വാലുകൾ, ഈച്ചകൾ, ഉറുമ്പുകൾ, തേനീച്ചകൾ, കടന്നലുകൾ എന്നിങ്ങനെ എല്ലാംകൊണ്ടും സമ്പന്നമാണ് ഈ കാടുകൾ. 1200 ഇനങ്ങളിൽപ്പെട്ട പക്ഷികളെ ഇവിടെ കണ്ടെത്തിയിട്ടുണ്ട്. ഏഷ്യയിലേയും യൂറോപ്പിലേയും സർവസാധാരണ പക്ഷികൾ ഭൂരിഭാഗവും ഇവിടെയുണ്ട്. ഇഴജന്തുക്കളിൽ മലമ്പാമ്പുകളും മൂർഖനും അണലിയുമുണ്ട്. പല്ലികൾ, തവളകൾ, അട്ടകൾ എന്നിവയും ഹിമാലയമേഖലകളിൽ ഇടം കണ്ടെത്തിയിട്ടുണ്ട്. സസ്തനികളിൽ കടുവകളും ആനകളുമാണ് കൂടുതലുള്ളത്. സ്നോലെപേർഡ്, ബ്ലൂഷീപ്പ്, കസ്തൂരിമാൻ, കാട്ടുപന്നികൾ, ചീങ്കണ്ണികൾ എന്നിവയും ഇവിടെ അന്തേവാസികളാണ്.

ഹിമാലയത്തിന്റെ ഉത്തര ഭാഗങ്ങളിൽ ഊഷ്മാവ് വളരെ താഴുന്നതുകൊണ്ട്, കൊടിയതണുപ്പിൽ ജീവികൾക്കു നിലനിൽക്കാൻ പ്രയാസമാണ്. മുകൾ ഭാഗത്തുള്ള കാലാവസ്ഥയുടെ ക്രൗര്യവും സസ്യലതാദികളുടെ അഭാവവും പാറക്കെട്ടുകളും അതിജീവനത്തിനുള്ള പ്രതിസന്ധികളാണ്. അതിശൈത്യത്തിൽ മിക്ക മൃഗങ്ങളും താഴ്ന്ന പ്രദേശങ്ങളിലേക്ക് കുടിയേറുന്നു. ഈ മേഖലയിൽ കാണപ്പെടുന്ന ഏറ്റവും വലിയ മൃഗം യാക് ആണ്. ലഡാക്കിൽ ന്യാൻ (വലിയ കാട്ടാടുകൾ), യൂറിയൽ തുടങ്ങിയ മൃഗങ്ങളുണ്ട്. ഉയരങ്ങളിലാണ് പൈൻ, ഓക്ക്, ഫിർ, ദേവതാരു തുടങ്ങിയ വൃക്ഷങ്ങൾ. പച്ചയുടെ തുടിപ്പില്ലെങ്കിലും ഇവയ്ക്കൊരു സവിശേഷ മനോഹാരിതയുണ്ട്.

ആയിരക്കണക്കിന് വ്യത്യസ്ത ഇനം സസ്യങ്ങൾ ഇവിടെയുണ്ട്. ഇന്ത്യൻ-യൂറോപ്യൻ പീഠഭൂമിയുടെ സംഗമസ്ഥാനത്തിന്റെ ഭൂമിശാസ്ത്രപരമായ സവിശേഷതകളും ഹിമാലയത്തിന്റെ ഉയരവും വ്യാപ്തിയു

യാക്ക്

മെല്ലാം ഈ ജൈവവൈവിധ്യങ്ങൾക്കു കാരണമാണ്. ഏകദേശം 7000 ത്തോളം ഇനങ്ങളിൽപ്പെട്ട പൂച്ചെടികളുണ്ടിവിടെ. ഇവിടെയുള്ള ചെടികളുടെ വൈവിധ്യത്തെ ഒരു പട്ടികയിലൊതുക്കാനാകില്ല. പഠനങ്ങൾ തുടരുന്തോറും കൂടുതൽ കണ്ടെത്തലുകൾ നടക്കുകയാണ്. കിഴക്കൻ പ്രദേശങ്ങളിൽ ഇനിയും വേണ്ടത്ര പഠനങ്ങൾ നടന്നിട്ടില്ല. സസ്യശാസ്ത്രജ്ഞരെ സസ്യരഹസ്യങ്ങളുടെ കലവറ ഇവിടെ കാത്തിരിക്കുകയാണ്. 10,000 ലധികം ഇനങ്ങൾ പഠനവിധേയമായിട്ടുണ്ട്. എന്നിട്ടും അവശേഷിക്കുന്നവ അതിലധികവുമാണ്.

ഹിമാലയത്തിലെ ചില ജീവികൾ വംശനാശ ഭീഷണിയെ നേരിട്ടുകൊണ്ടിരിക്കുകയാണ്. ദേവതാരുക്കളും ഭൂർജവൃക്ഷങ്ങളും വൻതോതിൽ വെട്ടിവീഴ്ത്തപ്പെടുകയാണ്. കടുവയും കണ്ടാമൃഗവും വംശനാശത്തിന്റെ വക്കിലാണ്. 1947 വരെ നായാട്ട് ഇവിടെ അനിയന്ത്രിതമായിരുന്നു. 11 ദിവസംകൊണ്ട് ജോർജ് അഞ്ചാമനും നായാട്ടുസംഘവും കൂടി കൊന്നൊടുക്കിയത് 39 കടുവകളെയാണ്. 1938നും 40നുമിടയ്ക്ക് നേപ്പാൾ രാജാവിന്റെ ആളുകൾ 433 കടുവകളെയും 53 കണ്ടാമൃഗങ്ങളെയും വകവരുത്തി. 1998 ലെ കണക്കെടുപ്പിൽ അവശേഷിക്കുന്നത് 150 കടുവകളും 250ൽ താഴെ കണ്ടാമൃഗങ്ങളുമാണ്.

ഹനുമാൻകുരങ്ങ്, പാന്തർ, ലംഗൂർ കുരങ്ങുകൾ, ഗോൾഡൻ കുരങ്ങുകൾ എന്നിവ ഇവിടെ ധാരാളമായുണ്ട്. കീരി, അണ്ണാൻ, പാമ്പുകൾ, ആമ, മുതല, ഓന്തുകൾ, എലികൾ, ചിലന്തികൾ, മുള്ളൻപന്നി, ചെന്നായ, വേട്ടനായ്ക്കൾ, കരടി, കോലാട്, ചെമ്മരിയാട്, യാക്കുകൾ, കാട്ടുപോത്ത്, മാനുകൾ തുടങ്ങിയവയുടെ വൈവിധ്യവും ഇവിടെക്കാണാം. എന്നാൽ മത്സ്യസമ്പത്തിന്റെ കാര്യത്തിൽ ഹിമാലയം പിറകിലാണ്. എങ്കിലും വളരെ അപൂർവയിനങ്ങളിൽപ്പെട്ട മത്സ്യങ്ങൾ ഹിമാലയ ജലാശയങ്ങളിലുണ്ട്.

മഞ്ഞിൽ കാണപ്പെടുന്ന സ്നോപാന്തർ, ഒമ്പതടിയിലേറെ നീളമുള്ള ചിറകുകളോടുകൂടിയ കഴുകന്മാർ എന്നിവ ഈ മേഖലയുടെ മാത്രം സവിശേഷതയാണ്. ഇവിടെ, ഹിമാലയപ്രാന്തങ്ങളിലെ മനുഷ്യർ ലളിതജീവിതം നയിക്കുന്നവരുമാണ്. പുഷ്പകൃഷി, ആടുമാടുകളെ വളർത്തൽ, ഇതരകൃഷികൾ എന്നിവയാണിവരുടെ പ്രധാനതൊഴിലുകൾ. ഗഡ്ഡി, ഗുജാറി, കിനൗരി, ലാഹുളികൾ, പാങ്വാലികൾ, രജപുത്രന്മാർ തുടങ്ങിയ ഗോത്രവിഭാഗങ്ങൾ ഇവിടെ ജീവിക്കുന്നു. ഹിന്ദിയും പഹാരിയുമാണിവരുടെ പ്രധാന ഭാഷകൾ. നദികളും അഗാധമായ മലയിടുക്കുകളും ശാന്തമായ ഹിമാലയൻ തടാകങ്ങളും കാടുകളും പുൽമേടുകളും ഈ ജൈവവൈവിധ്യത്തെ പരിപാലിച്ചുകൊണ്ടിരിക്കുന്നു.

ഹിമാലയൻ ജനങ്ങൾ

19

ഹിമാലയത്തിലെ വന്യജീവി സങ്കേതങ്ങൾ

സസ്യ ജന്തു വൈവിധ്യങ്ങളുടെ കലവറയാണ് ഹിമാലയം. ലോകത്തൊരിടത്തുമില്ലാത്ത അപൂർവ ജൈവവൈവിധ്യം ഹിമാലയത്തിലുണ്ട്. എന്നാൽ നിയന്ത്രണാതീതമായ മനുഷ്യന്റെ കടന്നുകയറ്റങ്ങളും എവിടേയും മാലിന്യം നിക്ഷേപിക്കുന്ന ശീലവും ആഗോള കാലാവസ്ഥയിൽ അനുദിനം സംഭവിച്ചുകൊണ്ടിരിക്കുന്ന ഹിതകരമല്ലാത്ത വ്യതിയാനങ്ങളും ഹിമാലയത്തിലെ ജൈവവൈവിധ്യത്തെ ഒട്ടൊന്നുമല്ല ബാധിച്ചിട്ടുള്ളത്. ദീർഘദർശികളും നമുക്കുമുമ്പേ സഞ്ചരിച്ചവരുമായ പ്രകൃതി സ്നേഹികളുടെ പരിശ്രമഫലത്താൽ മറ്റെങ്ങും എന്നപോലെ ഹിമാലയത്തിലും വന്യജീവികളെ സംരക്ഷിക്കുന്നതിന് സങ്കേതങ്ങളും ദേശീയോദ്യാനങ്ങളും ഒരുക്കി. ഹിമാലയത്തിലെ പ്രധാനപ്പെട്ട വന്യജീവി സങ്കേതങ്ങളാണ് ഇവിടെ പ്രതിപാദിക്കപ്പെടുന്നത്.

ജിം കോർബെറ്റ് ദേശീയോദ്യാനം

ഉത്തരാഞ്ചലിലെ രാംനഗറിലാണ് ഈ ദേശീയോദ്യാനം. 1936 ൽ ജിംകോർബെറ്റ് സ്ഥാപിച്ച ഈ സങ്കേതത്തിന് ഹെയ്‌ലി നാഷണൽ പാർക്ക് എന്നായിരുന്നു പേര്. 1957–ലാണ് ജിം കോർബെറ്റ് നാഷണൽ പാർക്ക് എന്നിത് പുനർനാമകരണം ചെയ്യപ്പെട്ടത്. 1200 ചതുരശ്രകിലോമീറ്ററാണ് ഇതിന്റെ വിസ്തൃതി. കടുവകളും ലെപേർഡുകളും മുതലകളുമാണിവിടെ പ്രധാനമായും സംരക്ഷിക്കപ്പെടുന്നത്. ഇന്ത്യയിലെ ആദ്യത്തെ ദേശീയോദ്യാനമാണിത്. കടുവകളുടെ സംരക്ഷണത്തിനായി 1973–ൽ രൂപംകൊടുത്ത പ്രോജക്ട് ടൈഗർ റിസർവ് ഇവിടെയാണ്. ജൈവകാഹളത്തിന്റെ, ചിന്നംവിളികളുടെ, കിളിപ്പാട്ടിന്റെ ഭൂമികയാണ് ഈ ദേശീയോദ്യാനം. ആനക്കൂട്ടങ്ങൾ അനവധിയുണ്ടിവിടെ. മുതലകളും ചെന്നാ

ജിം കോർബെറ്റ് ദേശീയോദ്യോനം

യ്ക്കളും, കാട്ടുപന്നികളും വിവിധ ഇനം മാനുകളും സാംബാറുകളും റീസസ്, ലംഗൂർ തുടങ്ങിയ കുരങ്ങുകളും ഇവിടെ സംരക്ഷിക്കപ്പെടുന്നു. പലതരത്തിലുള്ള പക്ഷികൾ, സവിശേഷതകൾ ഉള്ള പരുന്തുകൾ എന്നിവയും ഈ ജൈവവൈവിധ്യത്തിൽപ്പെടുന്നു. കോർബെറ്റ് പാർക്കിന്റെ ഭരണകേന്ദ്രം രാമംനഗർ പട്ടണത്തിലാണ്. ജീപ്പ് സവാരിയാണ് ഈ ഉദ്യാനക്കാഴ്ചയ്ക്കുള്ള ഏറ്റവും സൗകര്യപ്രദമായ മാർഗം.

ഐതിഹാസികമായ കടുവ വേട്ടകളുടെ തമ്പുരാനായ ജിം കോർബെറ്റ് എന്ന പ്രകൃതിസ്നേഹിയും പ്രകൃതി സംരക്ഷകനും അദ്ദേഹത്തിന്റെ ജീവിതത്തിന്റെ ഭൂരിഭാഗം കാലയളവും ഇവിടെ കാളദുംഗിയിലും നൈനിറ്റാളിലുമായാണ് ചെലവഴിച്ചത്. യുണൈറ്റഡ് പ്രവിശ്യയുടെ ഗവർണറും ആവേശഭരിതനായ പ്രകൃതി സംരക്ഷകനുമായിരുന്ന സർ വില്യം ഹെയ്‌ലിയുടെ സ്മരണാർഥമാണ് കോർബെറ്റ് ഈ ദേശീയോദ്യാനം സ്ഥാപിച്ചത്.

റോയൽ ബാർഡിയ ദേശീയോദ്യാനം

1000 ചതുരശ്ര കിലോമീറ്റർ വിസ്തൃതിയുള്ള നേപ്പാളിലെ ബാർഡിയയിലെ ഈ ദേശീയോദ്യാനം വലുപ്പത്തിൽ മുമ്പിലാണ്. നേപ്പാൾ ഹിമാലയ ഭാഗത്താണ് ഇത് നിലകൊള്ളുന്നത്. ചിത്‌വൻ ഉദ്യാനത്തിനു സമാനമായ വരണ്ട കാലാവസ്ഥയാണ് ഈ വിദൂരസ്ഥലിയിൽ അനുഭവപ്പെടുന്നത്. മനുഷ്യന്റെ കടന്നുകയറ്റമേൽക്കാത്ത ഉദ്യാനമാണിത്. പുൽമേടുകളും സാൽവൃക്ഷവനങ്ങളും ദക്ഷിണ നേപ്പാളിന്റെ താഴ്‌വരകളും കുന്നുകളും ഇവിടത്തെ സമ്പത്താണ്.

1000 അടിയിലധികം ഉയർന്ന പ്രദേശത്തുള്ള ഈ വന്യജീവിസങ്കേതം ഇന്ത്യയുടെ അതിർത്തികളിലേക്കും വ്യാപിച്ചുകിടക്കുന്നു. ആനപ്പുല്ലുകളും ഇടതൂർന്ന ഹാർഡ്‌വുഡ് വനങ്ങളും മലേറിയ പരത്തുന്ന കൊതുകുകളും നിറഞ്ഞ പ്രദേശമാണിത്. അതുകൊണ്ടുതന്നെ മനുഷ്യവാസത്തിന് അനുയോജ്യവുമല്ല. 1846 മുതൽ 1950 വരെ നേപ്പാളിലെ

റാണാഭരണാധികാരികളുടെ നായാട്ടിനുള്ള റിസർവ് വനമായിരുന്നു ഇത്. 1950കളിലും 60 കളിലും മലേറിയ നിർമാർജന പദ്ധതികൾ ഇവിടെ ആവിഷ്കരിച്ചതിന്റെ ഫലമായി ഈ പ്രദേശത്തിന്റെ 75 ശതമാനവും മനുഷ്യവാസത്തിനും കൃഷിക്കുമായി ഉപയോഗിക്കാൻ തുടങ്ങി. അതോടെ വന്യജീവികളുടെ എണ്ണം ക്രമാതീതമായി കുറഞ്ഞു. ആനവേട്ട നിത്യസംഭവങ്ങളായി. 1976–ലാണ് ബാർഡിയ, വൈൽഡ് ലൈഫ് റിസർവായി പ്രഖ്യാപിക്കപ്പെട്ടത്. ബാർഡിയയുടെ ഭൂരിഭാഗം പ്രദേശവും ശിവാലിക് മലനിരകളിലാണ്. കുന്നുകളും നദികളും കാടുകളും നിറഞ്ഞ ഈ ഉദ്യാ

റോയൽ ബാർഡിയ ദേശീയോദ്യാനം

നത്തിൽ ദക്ഷിണ ഏഷ്യയിൽ മാത്രം കണ്ടുവരുന്ന അപൂർവമായ ആനക്കൂട്ടങ്ങൾ യഥേഷ്ടം വിഹരിക്കുന്നു. തുടോ ഹാഥി എന്നാണ് ആനക്കൂട്ടത്തിലെ ഏറ്റവും വലുപ്പമുള്ള ആനകൾക്കുള്ള വിശേഷണം. ധാരാളം മൃഗസമ്പത്ത് ഈ ഉദ്യാനത്തിനുണ്ട്. അപൂർവ സസ്തനികളുടെയും പക്ഷികളുടെയും ഈ ആവാസഭൂമിയിൽ ആനപ്പുറത്തുകയറിയുള്ള സവാരി സഞ്ചാരികൾക്ക് പ്രിയതരമാണ്.

റോയൽ ചിത്വൻ ദേശീയോദ്യാനം

നേപ്പാളിലെ കാഡ്മണ്ഡുവിനു തെക്കുപടിഞ്ഞാറാണ് റോയൽ ചിത്വൻ ദേശീയോദ്യാനം. ഒറ്റക്കൊമ്പുള്ള കണ്ടാമൃഗത്തിന്റെയും റോയൽ ബംഗാൾ കടുവയുടെയും കേളീരംഗമാണ് ഈ വന്യജീവിസങ്കേതം.

ഗ്രേറ്റ് ഹിമാലയൻ ദേശീയോദ്യാനം

932 ചതുരശ്രകിലോമീറ്റർ വിസ്തൃതിയാണ് ഇതിനുള്ളത്. നേപ്പാളിലെ ആദ്യത്തേതും ഏറ്റവും പ്രശസ്തവുമായ ഈ ദേശീയോദ്യാനം ചിത്വൻ പ്രദേശത്താണ് സ്ഥിതിചെയ്യുന്നത്. സാൽവൃക്ഷ നിബിഡമായ ശിവാലിക് നിരകളും ഇതിലുൾപ്പെടുന്നു. നാരായണി, റാപ്തി, റ്യൂനദികൾ ജീവജലം പകരുന്ന ചിത്വാനിൽ ആനപ്പുല്ലുകളും അക്കേഷ്യ, ശിഷം മരങ്ങളും നിറഞ്ഞ കാടുകളാണുള്ളത്. ഇവിടെയാണ് വംശനാശം നേരിട്ടുകൊണ്ടിരിക്കുന്ന ഒറ്റക്കൊമ്പൻ ഏഷ്യൻ കണ്ടാമൃഗങ്ങൾ കാണപ്പെടുന്നത്. മാനുകൾ, മുതലകൾ, കന്നുകാലികൾ, കരടി, ലെപേർഡ്, നായ്ക്കൾ, പൂച്ചകൾ അങ്ങനെ ജന്തു വൈവിധ്യങ്ങളുടെ നിറവുണ്ടിവിടെ. ആനപ്പുറത്തുള്ള സവാരിയാണ് ഇവിടെ സഞ്ചാരികൾക്ക് പ്രിയം.

ഗ്രേറ്റ് ഹിമാലയൻ ദേശീയോദ്യാനം

ഹിമാചലത്തിൽ കുളു ജില്ലയിലാണ് ഈ ദേശീയോദ്യാനത്തിന്റെ സ്ഥാനം. 465 ചതുരശ്രകിലോമീറ്റർ വിസ്തൃതി ഇതിനുണ്ട്. കോണിഫെറസ് കാടുകളും ഹിമാനികളോടുകൂടിയ ഹിമശിഖരങ്ങളും നിറഞ്ഞ പ്രദേശത്താണ് ഈ വന്യജീവി സങ്കേതം. മായിക സൗന്ദര്യത്തിനുടമയായ ഈ നാഷണൽ പാർക്ക് ഉൾപ്പെടുന്ന പ്രദേശമാണ് ബിയാസ് നദിയുടെ ജലസംഭരണമേഖല. കസ്തൂരിമാൻ, ബ്രൗൺകരടി, സ്നോലെപേർഡ്, ഗോറൽ, താർ, ഭാരൽ, സെറോ തുടങ്ങിയ മൃഗങ്ങളുടെയും മൊണാൽ, ഖാലിജ്, ചീർ, ട്രാഗോപാൻ തുടങ്ങിയ പക്ഷികളുടെയും വിഹാരഭൂമിയാണിവിടം.

നംദാപ നാഷണൽ പാർക്ക്

അരുണാചൽ പ്രദേശിലെ മിയാവോയിൽ നിന്ന് 150 കിലോമീറ്ററാണ് നംദാപയിലേക്കുള്ള ദൂരം. വടക്കുകിഴക്കൻ മേഖലയിലെ ഏറ്റവും വലിയ

ഈ ദേശീയോദ്യാനം ഇന്ത്യയിലെ ബൃഹത്തായ വന്യജീവി സങ്കേതങ്ങളിലൊന്നാണ്. 1985 ചതുരശ്ര കിലോമീറ്ററാണ് ഇതിന്റെ വിസ്തീർണം. അരുണാചലിലെ ചാങ്‌ലാങ് ജില്ലയിൽ സ്ഥിതിചെയ്യുന്ന കടുവ സംരക്ഷണ കേന്ദ്രമാണിത്. മഞ്ഞുറഞ്ഞ മലനിരകളുള്ള ഇവിടം ജൈവവൈവിധ്യങ്ങളുടെ ആവാസഭൂമിയാണ്. 150ൽപരം ഇനങ്ങളിൽപ്പെട്ട വൃക്ഷങ്ങളും ഓർക്കിഡുകളും മിഷ്മിടീറ്റയും ഇവിടെ കാണപ്പെടുന്നു. കടുവകൾ, ലെപേർഡുകൾ, സ്നോലെപേർഡുകൾ, പല ഇനങ്ങളിലുള്ള കുരങ്ങുകൾ, വംശനാശ ഭീഷണി നേരിടുന്ന ആൾക്കുരങ്ങുകൾ, ആനകൾ, കാട്ടുപോത്ത്, മാനുകൾ, ഉരഗങ്ങൾ എന്നിവയുടെ പറുദീസയാണ് നംദാപ.

20

ഋതുഭേദങ്ങൾ ഹിമാലയത്തിൽ

പ്രവചനാതീതമായ ഋതുഭേദങ്ങളുടെ ഇടമാണ് ഹിമാലയം. എവിടെ, എപ്പോൾ, എങ്ങനെ എന്നെല്ലാം അനുഭവിച്ചറിയുകതന്നെവേണം. എന്നാൽ ആ അറിവുകളും പൂർണമായെന്നുവരില്ല. എല്ലാം എപ്പോഴും മാറ്റത്തിനു വിധേയം. മഴയും മഞ്ഞും വെയിലും കൊടുങ്കാറ്റും ഏതു നിമിഷവും പിറവിയെടുത്തേക്കാം.ഏതു നിമിഷവും അസ്തമിച്ചേക്കാം. ഉന്നതശീർഷരായ ഗിരിശൃംഗങ്ങൾ, അനന്തമെന്നു തോന്നിപ്പിക്കുന്ന മഞ്ഞിന്റെ കനത്ത ആവരണം, വമ്പൻ ഹിമാനികൾ, വലിയ നദികൾ, തടാകങ്ങൾ, ദൈർഘ്യമുള്ള പകലുകൾ അങ്ങനെ സവിശേഷമായ കാലാവസ്ഥയൊരുക്കുന്ന അനവധി ഘടകങ്ങൾ ഹിമാലയത്തിനുമാത്രം അവകാശപ്പെടാനാകുന്നവയാണ്.

ഹിമാലയത്തിന്റെ ഔന്നത്യത്തിന്റെയും ഇവിടെ പെയ്തിറങ്ങുന്ന മഴയുടെയും ഈ മഹാപർവതനിരകളുടെ വ്യാപ്തിയുടെയും സൃഷ്ടിയാണ് ഹിമാലയത്തിൽ കാണുന്ന കാടുകൾ. മൺസൂണിൽ ഇടതൂർന്ന മഴ. പക്ഷേ, കിഴക്കൻ ഹിമാലയത്തിൽ നിന്നു പശ്ചിമഹിമാലയത്തിലേക്കെത്തുമ്പോഴേക്കും മഴയുടെ ധാരാളിത്തം കുറഞ്ഞുവരുന്നു. മഞ്ഞുകാലത്തിവിടെ കാറ്റിന്റെ ഉഷ്ണപ്രവാഹമുണ്ട്. വടക്കു പടിഞ്ഞാറൻ പ്രദേശങ്ങളിൽ മഴയും ഹിമവും ഊർന്നിറങ്ങാൻ ഇതു സഹായകമാകുന്നു. ഇന്ത്യൻ ഗംഗാതടങ്ങളെ ഫലഭൂയിഷ്ഠമാക്കുന്നവയാണ് ഇവിടെ നിന്നെത്തുന്ന ജലസമ്പത്ത്. അങ്ങനെ ഗംഗാതടം ഇന്ത്യയുടെ ഹൃദയഭൂമിയാകുന്നു.

പ്രധാന ഹിമാലയനിരയുടെ വടക്കുഭാഗത്തുള്ള ലഡാക്ക്, സാൻസ്കർ മേഖലകൾ പലപ്പോഴും മൺസൂണിന്റെ ആഘാതത്തിൽ നിന്ന് രക്ഷപ്പെടാറുണ്ട്. മിക്കവാറും അന്തരീക്ഷോഷ്മാവിൽ ജലാംശത്തിന്റെ

കുറവ് അനുഭവപ്പെടുന്നു. ഓരോ വർഷവും ലഭിക്കുന്നത് വളരെ കുറച്ച് അളവ് മഴ മാത്രമാണ്. മറ്റുചിലപ്പോൾ, ലോകത്ത് മറ്റൊരിടത്തുമില്ലാത്തത്ര തണുപ്പ് അനുഭവപ്പെട്ടെന്നുവരും. വസന്താഗമനം ഏപ്രിൽ മെയ് മാസങ്ങളിലാണ്. അതുവരെ നീണ്ടുനിൽക്കുന്ന ഈർപ്പമുള്ള അന്തരീക്ഷവും ഇവിടെയുണ്ട്.

ഉയരത്തിനനുസരിച്ചും ഹിമാലയൻ കാലാവസ്ഥയിൽ വ്യതിയാനങ്ങൾ സംഭവിക്കുന്നു. ഉയരം കൂടുന്നതിനനുസരിച്ചു തണുപ്പും കൂടി വരുന്നു. ഉയരം കുറയുമ്പോഴാകട്ടെ, തണുപ്പുകുറയുകയും ചെയ്യുന്നു. എത്ര പെട്ടെന്നാണ് ഇവിടെ കാലാവസ്ഥയും ഊഷ്മാവും മാറുക എന്ന് നിർണയിക്കാനാകില്ല. പെട്ടെന്ന് മഴവരാം. വെള്ളപ്പൊക്കവും കൊടുങ്കാറ്റുമുണ്ടാകാം. പലപ്പോഴും മഞ്ഞുവിതയ്ക്കുന്ന കാറ്റും ഉടലെടുക്കുന്നു. പ്രവചനാതീതവും അത്യന്തം അപകടകരവുമാണ് ഈ കാലാവസ്ഥാവ്യതിയാനം.

ശൈത്യവും വേനലുമാണ് പ്രധാന ഋതുക്കൾ. മഞ്ഞുകാലത്താണ് ഹിമപാതം. വളരെയധികം മഞ്ഞ് ഹിമാലയത്തിലപ്പോൾ ശേഖരിക്കപ്പെടുന്നു. താപനിലയാകട്ടെ, ഐസിലും താഴെ ആയിരിക്കും. വേനൽ ഒരൽപ്പം ആശ്വാസത്തിന്റെ കാലമാണ്. വിനോദസഞ്ചാരികൾക്കുള്ള സുഖശീതളിമ ലഭിക്കുന്ന നാളുകളാണിവ. ചിലപ്പോൾ വർഷം മുഴുവനും വേനൽക്കാലം തുടർന്നുവെന്നുമിരിക്കും. ജൂൺമാസത്തിൽ പകലിന്റെ താപനില 200 ഡിഗ്രി സെൽഷ്യസ് വരെ ഉയരാറുണ്ട്. മലമ്പാതകളിൽ അടിഞ്ഞുകൂടിയ മഞ്ഞുരുകി പാതകൾ തെളിയുന്നു. അതുകൊണ്ട് ഒക്ടോബർവരെ നീണ്ടുനിൽക്കുന്ന ഈ കാലയളവിലാണ് സഞ്ചാരികൾ കൂടുതലായും എത്തുന്നത്. ജൂലൈ, ആഗസ്റ്റ് മാസങ്ങൾ കനത്ത മഴയുടെ നാളുകളാണ്. നദികൾ കരകവിഞ്ഞൊഴുകാൻ തുടങ്ങുന്നു. യാത്രാമാർഗങ്ങളിൽ അപകടങ്ങൾ പതിയിരിക്കുന്നുമുണ്ടാകും. സെപ്റ്റംബർ മാസം താരതമ്യേന നല്ല കാലാവസ്ഥയുടെ കാലമാണ്. എന്നാൽ രാത്രികാലങ്ങളിൽ തണുപ്പ് അസ്ഥികൾവരെ തുളച്ചുകയറും. താപനില ഫ്രീസിങ് പോയന്റിനും താഴെ എത്തിയെന്നിരിക്കും. നവംബർ മഞ്ഞുകാലത്തിന്റെ അകമ്പടിയായ മഞ്ഞുവീഴ്ചയ്ക്കു സാക്ഷ്യം വഹിക്കുന്നു. പാതകളെല്ലാം ഹിമാവൃതമാകുന്നു. എങ്കിലും, അതിലൂടെ സഞ്ചരിക്കുന്ന തദ്ദേശവാസികളെ കാണാനാകും. ഏതു തണുപ്പിനെയും അതിജീവിക്കാൻ അവർ പഠിച്ചുകഴിഞ്ഞിരിക്കുന്നു.

ഒക്ടോബറിനുശേഷം പകലിന്റെ താപനില കുറയുന്നു. എങ്കിലും നവംബർ വരെ കാലാവസ്ഥയിൽ വലിയ മാറ്റങ്ങൾ സംഭവിക്കാറില്ല. പിന്നീടാണ് അമ്പരപ്പുളവാക്കുന്ന ഹിമവർഷം. മഞ്ഞുകാലം ഡിസംബർ മുതൽ മാർച്ചുമാസം വരെ നീണ്ടുപോകുന്നു. ഏപ്രിൽ, മെയ്മാസങ്ങളിലെ നീർത്തുള്ളികൾ മലകളിൽ മഞ്ഞുനിറയ്ക്കുന്നു. വസന്തത്തിലെ മഞ്ഞുരുകുന്നത് ജൂണിലാണ്. ഇന്ത്യൻ മൺസൂൺ അതിന്റെ സമഗ്രതയിൽ ഏറ്റുവാങ്ങുന്നവയാണ് ഉത്തർഖണ്ഡിലെ ഗഢ്വാൾ, കുമയൂൺ

ഹിമാലയൻ പൈൻ വൃക്ഷങ്ങൾ

എന്നിവിടങ്ങളിലെ മിക്ക പ്രദേശങ്ങളും. പശ്ചിമ ഹിമാലയത്തിലെ പ്രധാനപ്പെട്ട പർവത – സംസ്ഥാനങ്ങളിലെ കാൻഗ്ര, ചംബ, കുളു താഴ്‌വര, ഹിമാചലിലെ സിംല തുടങ്ങിയ പ്രദേശങ്ങളും ഡാർജിലിങ്ങിലും സിക്കിമിലും മൺസൂൺ ബാധിക്കാറുണ്ട്. ബംഗാൾ ഉൾക്കടലിൽ നിന്നാണ് ഈ മൺസൂണിന്റെ ആരംഭം. അങ്ങനെ ജൂൺ ആദ്യവാരം മുതൽ സെപ്തംബർ അവസാനം വരെ ഹിമാലയം കനത്ത മഴയെ ഏറ്റു വാങ്ങുന്നു. മൺസൂൺ കഴിഞ്ഞാൽ മഴ മാറുകയായി. ഒക്ടോബർ നവംബറുകൾ തെളിമയുള്ള ആകാശദൃശ്യങ്ങൾ പകരുന്നു. മലനിരകൾ വ്യക്തതയോടെ കാഴ്ചയ്ക്കു വിധേയമാകുന്നു. എന്നാൽ, 3500 മീറ്റർ മുകളിലെത്തിയാൽ താപനില ഐസിലും താഴും. ഇതിനെ അതിജീവിക്കുന്ന സസ്യ മൃഗാദികൾ വളരെ കുറവാണ്. റോഡോഡെൻഡ്രോൺസ്, തേയിലച്ചെടികൾ, ചില കുറ്റിച്ചെടികൾ എന്നിവ മാത്രമാണ് ഈ താഴ്ന്ന താപനിലയുമായി പൊരുത്തപ്പെട്ടു ജീവിക്കുന്നത്.

പൈൻമരങ്ങൾ, ദേവതാരുക്കൾ, ഫിർമരങ്ങൾ, ഓക്ക് മരങ്ങൾ എന്നിവയടങ്ങിയ കാടുകളും ജനവാസകേന്ദ്രങ്ങളും ഈ ഋതുഭേദങ്ങളെ അനുഭവിച്ചും അതിജീവിച്ചും ഇവിടെ വളരുന്നു. രോമക്കുപ്പായവും ശക്തമായ കുളമ്പുകളുമുള്ള ആടുകളും ഇവിടെ ജീവിക്കുന്നു.

കടൽമേഘങ്ങൾ ഹിമാലയസാനുക്കളിലേക്കുയർന്ന് അവിടെ നിന്ന് അഗാധമായ താഴ്‌വരകളിലേക്ക് പറന്നു മറയുന്ന കാഴ്ചകൾ മനോഹര

മാണ്, അസ്തമയ സൂര്യന്റെ ചുവപ്പും മഞ്ഞയും രജതനിറവുമുള്ള രശ്മികൾ മഞ്ഞണിഞ്ഞ ഹിമവൽ ഗോപുരങ്ങളിൽ വിവിധ നിറങ്ങൾ വാരിയെറിയുന്ന കാഴ്ചകൾ. നിലാവിൽക്കുളിച്ച, വെൺമനിറഞ്ഞ ഈ ഹിമകൊട്ടാരത്തിന്റെ ദൃശ്യം ആർക്കാണ് മറക്കാനാകുക! രാത്രിയുടെ നിശ്ശബ്ദതയിൽ ഹിമവാൻ കാരുണ്യത്തിന്റെ നിലാവണിഞ്ഞ മന്ദസ്മിതവുമായി ലോകത്തിനു കാവൽ നിൽക്കുന്നു. പ്രഭാത സൂര്യൻ ഹിമവാനിലേക്കു പകരുന്ന വെളിച്ചത്തിന്റെ പ്രതിഫലനങ്ങൾ അനിർവചനീയമാണ്. ആ രശ്മികളുടെ ഊഷ്മളതയറിഞ്ഞ് താഴ്വാരങ്ങളിൽ നിന്നുയർന്നു വരുന്ന മേഘങ്ങളും കാഴ്ചയുടെ ധന്യതകളാണ്.

4

ഹിമശൈലങ്ങളുടെ ഹിമാലയം

ഔന്നത്യമുള്ളതെന്തും ആദരവിനും ആരാധനയ്ക്കും പാത്രമാകാറുണ്ട്. പ്രപഞ്ചം പ്രതിഫലിക്കുന്ന പുൽക്കൊടിത്തുമ്പിലെ ഹിമകണം മുതൽ അങ്ങകലെ നീലാകാശത്തിൽ മിന്നിത്തിളങ്ങുന്ന നക്ഷത്രങ്ങൾവരെ മനുഷ്യമനസിൽ ആദരവും ആരാധനയും നിറയ്ക്കുന്നു. ഇവയുടെ മഹത്വം തിരിച്ചറിയാൻ, ആസ്വദിക്കാൻ കഴിയുന്ന ഏകജീവി മനുഷ്യനാണ്. ഭൂമിയിലെ ഏറ്റവും ഉയരമുള്ള കൊടുമുടി ഹിമാലയത്തിലാണ്. ഭൂമിയിലെ ഏറ്റവും സുന്ദരമായ കാഴ്ചകളും ഹിമാലയത്തിലാണ്. അനേകവൈവിധ്യങ്ങളുടെ ആവാസഭൂമിയാണ് ഹിമാലയം. ഒരിക്കലെങ്കിലും ഈ പർവതനിരകളെ കാണാൻ ആഗ്രഹിക്കാത്തവരില്ല. ഒരിക്കൽ കണ്ടവർക്ക് കണ്ണിന്റെയും കാഴ്ചയുടെയും മഹത്വം മറക്കാനുമാകില്ല. യുഗങ്ങളായി മാനവരാശിക്ക് പ്രചോദനമായി, പ്രഹേളികയായി, പ്രഹർഷമായി ഹിമവാൻ നിലകൊള്ളുന്നു.

വെൺമയാർന്ന മഞ്ഞുചേല ചുറ്റിയ ഹിമാലയത്തിൽ നിരവധി കൊടുമുടികളുണ്ട്. പേരുകൊണ്ട്, രൂപംകൊണ്ട്, ഉയരംകൊണ്ട്, മഹത്വംകൊണ്ട് എല്ലാം ഒന്നിനൊന്നു വ്യത്യസ്തം. ലോകത്തിൽ 8000 മീറ്ററിൽ അധികം ഉയരമുള്ള 14 കൊടുമുടികളുടേയും സ്ഥാനം ഹിമാലയത്തിലാണ്. നേപ്പാൾ, പാകിസ്ഥാൻ, ചൈന, തിബറ്റ്, ഇന്ത്യ തുടങ്ങിയ രാഷ്ട്രങ്ങളിലായി ഈ കൊടുമുടികൾ വ്യാപിച്ചുകിടക്കുന്നു.

എവറസ്റ്റ് എന്നു ഇംഗ്ലീഷുകാരും, ഗൗരീശങ്കരം എന്നു ഭാരതീയരും വിശേഷിപ്പിക്കുന്ന ഗിരിശൃംഗത്തിനാണ് ഒന്നാം സ്ഥാനം. ഉയരത്തിൽ രണ്ടാം സ്ഥാനം കെ 2 അഥവാ ഗോഡ്‌വിൻ ഓസ്റ്റിൻ എന്നു വിളിക്കപ്പെടുന്ന കൊടുമുടിക്കാണ്. കാഞ്ചൻജംഗയാണ് മൂന്നാം സ്ഥാനത്ത്. ലോസി നാലാം സ്ഥാനത്തും മകാലു അഞ്ചാമതും നിലകൊള്ളുന്നു. ആറാമ

ത്തേത് ചോ-ഓയു ആണ്. ഏഴ് ധവളഗിരിയും എട്ട് മനസ്‌ലുവുമാണ്. ഒമ്പതാം സ്ഥാനത്ത് നംഗപർവതവും പത്താംസ്ഥാനത്ത് അന്നപൂർണ യുമാണ്. ഗാഷെർബ്രം I, ബ്രോഡ് പീക്ക് എന്നിവ യഥാക്രമം പതിനൊന്നാമത്തേതും പന്ത്രണ്ടാമത്തേതുമാണ്. പതിമൂന്നാം സ്ഥാനം ഗാഷെർബ്രം II നും പതിനാലാം സ്ഥാനം ഷിംഷ പാങ്മക്കുമാണുള്ളത്.

എവറസ്റ്റ്

നേപ്പാളിലും തിബത്തിലുമായി വ്യാപിച്ചുകിടക്കുന്ന ഹിമാലയനിരകളിലാണ് ലോകത്തിലെ ഏറ്റവും ഉയരമുള്ള കൊടുമുടിയായ എവറസ്റ്റ്. 1956 ലെ സർവേ റിപ്പോർട്ടുപ്രകാരം ഇതിന്റെ ഉയരം 8848 മീറ്റർ (29028 അടി) ആയിരുന്നു. സമുദ്രനിരപ്പിൽ നിന്ന് 8850 മീറ്റർ (29036 അടി) ഉയരമാണ് എവറസ്റ്റിന് ഇപ്പോൾ ഉള്ളതെന്ന് 1999 ലെ റിപ്പോർട്ടുകൾ വ്യക്തമാക്കുന്നു. (ഉന്നതശീർഷനായി എവറസ്റ്റ് എന്ന അധ്യായം കാണുക.)

കെ 2

കാശ്മീരിന്റെ ചക്രവർത്തിയാണ് കെ 2 എന്ന ഗോഡ്വിൻ ഓസ്റ്റിൻ ഗിരിശൃംഗം. കാരകോറം പ്രദേശത്തുള്ള കെ 2 വിന്റെ ഉയരം 8611 മീറ്ററാണ്. ഷോഗോഗ്രാൻഗ്രി എന്നാണ് ചൈനക്കാർ ഈ കൊടുമുടിയെ വിളി

K2 എന്ന ഗോഡ്വിൻ ഓസ്റ്റിൻ ഗിരി ശൃംഗം

ക്കുന്നത്. മഹാപർവതം എന്നാണ് ഈ പദത്തിന്റെ അർഥം. 1856 ൽ ടി ജി മോണ്ട് ഗോമറി എന്ന ബ്രിട്ടീഷ് കേണലാണ് ആദ്യമായി ഈ കൊടുമുടിയുടെ സർവേ നടത്തിയത്. ഭീമാകാരമായ ഈ പർവതം ഏകാന്തനായി തലയുയർത്തി നിൽക്കുന്നു. അനേകം പർവതനിരകളാൽ മറഞ്ഞിരിക്കുന്ന പർവതവുമാണിത്. മൈലുകളോളം വിസ്തൃതമായി കിടക്കുന്ന ഹിമാനികളും ഈ പർവതത്തിനു ചുറ്റുമുണ്ട്. കെ 2 വുമായി താരതമ്യം ചെയ്യുമ്പോൾ യൂറോപ്പിലെ ആൽപ്സ് പർവതം നിസ്സാരമാണ്. 5333 മീറ്റർ മാത്രമാണ് ആൽപ്സിന്റെ ഉയരം. എ. കോംപാനോണി, എൽ. ലേസ് ഡെലി എന്നീ ഇറ്റലിക്കാരാണ് ആദ്യമായി കെ 2 കീഴടക്കിയത്. കാരകോറം പർവതനിരകളിൽ സ്ഥിതിചെയ്യുന്നതുകൊണ്ട് K എന്ന അക്ഷരംകൊണ്ടിതിനെ വിശേഷിപ്പിച്ചു. കെ 1 പർവതവും ഇവിടെയുണ്ട്. കെ 2 വിനെകൂടാതെ 15 ലധികം പർവതവ്യൂഹങ്ങൾ ഇവിടെ കാണാം. എല്ലാം 7500 മീറ്ററിലധികം ഉയരമുള്ളവ. ധ്രുവപ്രദേശം കഴിഞ്ഞാൽ ഏറ്റവും അധികം ഹിമാനികളുള്ളതും ഇവിടെയാണ്. പ്രധാനപ്പെട്ട രണ്ട് ചുരങ്ങളും ഈ പർവതനിരയിലുണ്ട്.

1902 ലാണ് കെ 2 കീഴടക്കാനുള്ള ആദ്യശ്രമം നടന്നത്. 1909 ൽ ഇറ്റലിക്കാരനായ ഒരു സാഹസിക യാത്രികൻ 19600 അടി ഉയരം വരെ എത്തി. 1930 ൽ ചാൾസ് ഹൂസ്റ്റൺ എന്ന അമേരിക്കക്കാരൻ 25000 അടി മുകളിലെത്തി. 1931 ൽ ഫ്രീറ്റ്സ് വിസ്നെർ കെ 2 വിന്റെ ശിരസിനു 750 അടി താഴെവരെ കയറിച്ചെന്നു. പക്ഷേ അപ്പോഴേക്കും ഇരുട്ടുപരന്നിരുന്നു. സഹയാത്രികനായ ഷേർപ്പയുടെ നിർദേശപ്രകാരം വിസ്നെർക്ക് കൊടുമുടി കീഴടക്കാനാകാതെ മടങ്ങേണ്ടിവന്നു. രാത്രിയായാൽ ആത്മാക്കളിറങ്ങുന്ന സമയമാണ്. അവരുടെ കാഴ്ചയിൽപ്പെട്ടാൽ മരണമാകും ഫലം!

1953 ൽ ചാൾസ് ഹൂസ്റ്റൺ വീണ്ടും ആരോഹണം നടത്തി. ഇക്കുറി അദ്ദേഹം 25600 അടി പിന്നിട്ടു. എന്നാൽ കാലാവസ്ഥ അനുകൂലമല്ലായിരുന്നു. നാലുദിവസം അദ്ദേഹം അവിടെ ഹിമകൂടാരത്തിന്റെ നിശ്ശബ്ദമായ ഏകാന്തതയിൽ കഴിച്ചുകൂട്ടി. കൊടുങ്കാറ്റ് ഹിമാവരണത്തിന് മുകളിലേക്ക് ആഞ്ഞുവീശിക്കൊണ്ടിരുന്നു. ഒടുവിൽ അദ്ദേഹത്തിന് ദൗത്യം പൂർത്തിയാക്കാനാകാതെ തിരികെപോരേണ്ടിവന്നു. 1954 ൽ ആണ് ഇറ്റാലിയൻസംഘം കൊടുമുടി കീഴടക്കിയത്. 1977 ൽ അമേരിക്കൻസംഘവും 1986 ൽ ഫ്രാൻസിൽ നിന്നുള്ള ലില്ലിയൻ ബാരാർഡ് എന്ന ആദ്യവനിതയും കെ 2 വിന്റെ ശിരസിൽ കാൽവച്ചു.

കാഞ്ചൻജംഗ

എത്ര ശ്രമിച്ചിട്ടും 1975 വരെ കീഴടങ്ങാതെ ശിരസുയർത്തി നിന്ന ഗിരിശൃംഗമാണ് കാഞ്ചൻജംഗ. ചുവന്ന കുപ്പായമിട്ട ദൈവം എന്ന കാഞ്ചൻജംഗ, സിക്കിംകാർക്ക് രക്ഷകനായ ദൈവമാണ്. സിക്കിമിന്റെയും നേപ്പാളിന്റെയും അതിർത്തിയിൽ കിഴക്കൻ ഹിമാലയത്തിലാണ് ഈ പർവതരാജന്റെ സ്ഥാനം. കാഞ്ചൻജംഗയിൽ അഞ്ച് ശൃംഗങ്ങളുണ്ട്. 'ഹിമശേഖരത്തിലെ പഞ്ചനിധികൾ' എന്നാണ് ഇവ അറിയപ്പെടുന്നത്. ഒന്ന്

കാഞ്ചൻജംഗ

സ്വർണനിധിയാണ്. അടുത്തത് വെള്ളിനിധിയാണ്. മറ്റൊന്ന് മുത്തുകളാണ്. നാലാമത്തേത് ധാന്യങ്ങളും അഞ്ചാമത്തേത് പുണ്യപുസ്തകങ്ങളുമാണ്. സിക്കിം ജനതയുടെ മതവിശ്വാസങ്ങളിൽ ഉന്നത സ്ഥാനം വഹിക്കുന്ന പർവതമാണ് കാഞ്ചൻജംഗ. 7000 ചതുരശ്ര കിലോമീറ്ററിനുള്ളിൽ 8586 മീറ്റർ (28169 അടി) ഉയരത്തിൽ നിലകൊള്ളുന്ന, കാൽപ്പനിക സൗന്ദര്യം നിറഞ്ഞുതുളുമ്പുന്ന ഈ പർവതം ലോകത്തിലെ പർവതങ്ങളിൽ ഉയരംകൊണ്ട് മൂന്നാം സ്ഥാനത്താണ്.

1930ൽ കാഞ്ചൻജംഗയിലേക്ക് ഒരു പര്യവേഷണസംഘം പുറപ്പെട്ടു. ജർമൻ, ഓസ്ട്രിയ, സ്വിറ്റ്സർലൻഡ്, ബ്രിട്ടൻ എന്നീ രാജ്യങ്ങളിലെ പർവതാരോഹക സംഘമായിരുന്നു അത്. എന്നാൽ അവർക്ക് ലക്ഷ്യം പൂർത്തിയാക്കാനായില്ല. 1955ൽ പുറപ്പെട്ട ബ്രിട്ടീഷ് സംഘം ഗിരിശൃംഗത്തിന് അഞ്ചടി താഴെവരെ എത്തി. എന്നാൽ കൊടുമുടിയുടെ ശിരസിൽ കാൽ വയ്ക്കരുതെന്ന വ്യവസ്ഥ പാലിച്ച് ചാൾസ് ഇവാൻസും സംഘവും മടങ്ങി. എവറസ്റ്റ് ആരോഹണത്തേക്കാൾ ക്ലേശപൂർണവും അപകടകരവുമാണ് കാഞ്ചൻജംഗ ആരോഹണം. വെള്ളപ്പൊക്കം, മഞ്ഞുമഴ, മലയിടിച്ചിൽ എന്നിവകൊണ്ട് ശിക്ഷനടത്തുന്ന ക്രുദ്ധനായ ദൈവം കൂടിയാണ് സിക്കിംകാർക്ക് ഈ പർവത ശിഖരങ്ങൾ. ശരത്കാലത്ത് ഈ പർവത ദൈവത്തിന്റെ പ്രീതിക്കായി ഇവർ ഉത്സവങ്ങൾ കൊണ്ടാടാറുണ്ട്. പ്രകൃതി സൗന്ദര്യത്തിന്റെ നിറവാണ് കാഞ്ചൻജംഗ.

ലോസി 1

ഹിമാലയ പർവതനിരകളിലെ ഉന്നത ശൃംഗങ്ങളിൽ നാലാം സ്ഥാനം ലോസി 1 നാണ്. ഇതിന്റെ ഉയരം 8516 മീറ്റർ (27940 അടി). ചൈനയുടെയും നേപ്പാളിന്റെയും അതിർത്തികൾ പങ്കിട്ടുകൊണ്ടാണ് ലോസി നിലകൊള്ളുന്നത്. എവറസ്റ്റ് കൊടുമുടിക്കു തെക്കുഭാഗത്താണ്

ഇതിന്റെ സ്ഥാനം. കിഴക്കുനിന്ന് പടിഞ്ഞാറോട്ട് നീണ്ടുനിവർന്നുകിടക്കുന്ന ഈ പർവതത്തിൽ രണ്ട് കൊടുമുടികൾ കൂടിയുണ്ട്. ലോസിഷാറും നുപ്സിയും. ലോസിയുടെ കിഴക്കുഭാഗത്താണ് ലോസിഷാർ. നുപ്സിയാകട്ടെ, പടിഞ്ഞാറൻ തിട്ടയിലുമാണ്. സ്വിറ്റ്സർലൻഡുകാരായ എഫ് ലൂഷിംഗറും ഇ റീസുമാണ് 1956 മെയ് 18ന് ലോസിയുടെ ശിരസിൽ ആദ്യമായി കാലുകുത്തിയത്.

മകാലു

നേപ്പാളിന്റെയും തിബത്തിന്റെയും അതിർത്തിയിൽ നിലയുറപ്പിച്ച ഗിരിശൃംഗമാണ് മകാലു. ഉയരം 8463 മീറ്റർ. അതായത് 27766 അടി. എവറസ്റ്റിന്റെ കിഴക്കുഭാഗത്താണ് മകാലു സ്ഥിതിചെയ്യുന്നത്. പിരമിഡ് ആകൃതിയിലുള്ള ഈ പർവതം ഏറക്കുറെ ഒറ്റപ്പെട്ടാണ് നിൽപ്പ്. ദുർഘടങ്ങൾ അനവധി പതിയിരിക്കുന്ന കൊടുമുടിയാണിത്. കുത്തനെയുള്ള കയറ്റങ്ങൾ, കനത്ത ഹിമാനികൾ എന്നിങ്ങനെ മകാലു ഉയർത്തുന്ന വെല്ലുവി

മകാലു

ളികൾ അനവധിയാണ്. അതുകൊണ്ട് 1954 വരെ ഈ കൊടുമുടി കീഴടക്കാനുള്ള ശ്രമങ്ങളൊന്നും നടന്നില്ല. 1955 മെയ് 15ന് ഫ്രാൻസിലെ ഒരു പർവതാരോഹണ സംഘം പക്ഷേ, മകാലുവിന്റെ നെറുകയിലെത്തി. ജെ കോസി, എൽ ടെറായ്, ജെ ഫ്രാൻകോ, ജി ഗ്ലാറ്റ്സെൻ, ജെ ബോജർ, എസ് കൂപ്പെ, പി ലിറോക്സ്, എ വിയാലെറ്റി എന്നിവരായിരുന്നു ആ സംഘാംഗങ്ങൾ.

ചോ-ഓയു

ലോകത്തിലെ ആറാമത്തെ ഉയരം കൂടിയ പർവതമാണ് ചോ-ഓയു. 8201 മീറ്റർ (26906 അടി) ആണ് ഈ കൊടുമുടിയുടെ ഉയരം. പർവതാ

രോഹകർക്ക് താരതമ്യേന ക്ലേശരഹിതമായ ആരോഹണാവരോഹണ ങ്ങൾ ഈ പർവതത്തിൽ സാധ്യമാണ്. അതുകൊണ്ടുതന്നെ ധാരാളം പേർ ഇവിടെ ആരോഹണ സന്നദ്ധരായെത്തുന്നു. ഇതിന്റെ ബേസ് ക്യാമ്പിനോട് ചേർന്നാണ് ചോ ഓയു ദേശീയോദ്യാനം. ബേസ് ക്യാമ്പ് വരെ വാഹന ഗതാഗതം സാധ്യമാണ്. ഹിമകിരീടം ചാർത്തിയ നിരവധി സാനുക്കൾ ചോ ഓയുവിനു ചുറ്റുമുണ്ട്. ജബുല ഹിമാനി ഈ ഗിരിയി ലാണ്. നേപ്പാളിലും തിബത്തിലുമായാണ് ചോ - ഓയു നിലകൊള്ളു ന്നത്. 1954 ഒക്ടോബർ 19 നാണ് ഈ കൊടുമുടി ആദ്യമായി കീഴടക്ക പ്പെട്ടത്. ആസ്ത്രിയക്കാരായ ടിമി, ജോഷ്‌ലർ എന്നിവരും പസാങ്ങ് ദാവാലാമ എന്ന നേപ്പാൾകാരനുമായിരുന്നു അന്നത്തെ ആരോഹക സംഘത്തിലുണ്ടായിരുന്നത്.

ധവളഗിരി

വെൺമയാർന്ന മഞ്ഞിൻകൂടാരമാണ് ധവളഗിരി. 8167 മീറ്റർ (26795 അടി) ഉയരത്തിൽ നേപ്പാളിൽ തിബത്തൻ അതിർത്തിയോടുചേർന്ന് കിഴ ക്കുഭാഗത്തായി ധവളഗിരി ശിരസുയർത്തി നിൽക്കുന്നു. ലോകത്തിലെ ഏഴാമത് ഉയരം കൂടിയ കൊടുമുടിയാണിത്. 'വെണ്മല' എന്നാണ് ധവള ഗിരിയുടെ അർഥം. നേപ്പാളിലുള്ള ഏറ്റവും ഉയർന്ന ഗിരിയും ധവളഗിരി തന്നെ. 30 മൈലുകളോളം നീളമുള്ള ഈ പർവതത്തിൽ ചെങ്കുത്തായ പാറക്കെട്ടുകളും ഹിമപാതവും ഹിമാനികളും വളരെ കൂടുതലാണ്. ധവ ളഗിരിയുടെ പ്രധാന കൊടുമുടിക്ക് സമാനമായി പിരമിഡ് ആകൃതിയി ലുള്ള നിരവധി ശിഖരങ്ങൾ വേറെയുമുണ്ട്. ഇതിൽ നാലെണ്ണത്തിന് 25000 അടിയിൽ കൂടുതൽ ഉയരവുമുണ്ട്. സ്വിറ്റ്സർലൻഡുകാരായ ഷെൽ ബെർട്ട്, ഫോറർ, ഡിംബെർഗർ, ഡീനർ എന്നിവരും നേപ്പാൾകാരായ നിയിമാ ഡോർജി, നവാങ് ഡോർജി എന്നിവരുമുൾപ്പെട്ട ആരോഹക സംഘമാണ് ആദ്യമായി ധവളഗിരിയുടെ ഔന്നത്യം താണ്ടിയത്. 1960 മെയ് 13 നായിരുന്നു മനുഷ്യന്റെ ഇച്ഛാശക്തിക്കുമുമ്പിലുള്ള വെണ്മല യുടെ കീഴടങ്ങൽ.

മനസ്‌ലു

അന്നപൂർണാ പർവതത്തിൽ നിന്ന് ഏകദേശം 40 കിലോമീറ്റർ കിഴ ക്കുമാറി നേപ്പാളിൽ സ്ഥാനം പിടിച്ചിരിക്കുന്ന കൊടുമുടിയാണ് മനസ്‌ലു. 8163 മീറ്റർ (26781 അടി) ഉയരമാണ് ഈ ഗിരിശൃംഗത്തിനുള്ളത്. ഗൂർഖാ പീഠഭൂമിയിലെ ഏറ്റവും ഉന്നതസ്ഥാനിയായ പർവതവും മനസ്‌ലുവാണ്. ഇതുകൂടാതെ ഉത്തര മനസ്‌ലു (7154 മീറ്റർ), ദാരുക (7837 മീറ്റർ), ഹിമൽചൂലി (7864 മീറ്റർ), കിഴക്കൻ മനസ്‌ലു (7894 മീറ്റർ) എന്നീ കൊടു മുടികളും ഗൂർഖാപീഠഭൂമിയിലെ ഉന്നത ശീർഷരായ പർവതങ്ങളാണ്. 'മാനസ' എന്ന സംസ്കൃത പദത്തിൽ നിന്നാണ് മനസ്‌ലു എന്ന പേരിന്റെ ഉൽപ്പത്തി. 1956 മെയ് 9 ന് ഇമാമിഷി, കാറ്റോ, ഹിജെറ എന്നീ

ജപ്പാൻകാരും നോർബു എന്ന നേപ്പാളിയുമാണ് മനസ്‌ലു കീഴടക്കിയ ആദ്യ പർവതാരോഹകർ.

നംഗപർവതം

നംഗപർവതത്തെ നഗ്നപർവതമെന്നും വിളിക്കാറുണ്ട്. ഹിമാലയൻ പർവതനിരകളിലെ പ്രധാനപ്പെട്ട ഒരു കൊടുമുടിയാണിത്. ലോകത്തിൽ ഒമ്പതാമത്തെ ഉയരമുള്ള ഗിരിശൃംഗവും. പാകിസ്ഥാനിലെ ഗിൽജിറ്റിലുള്ള കാരകോറം നിരകളിൽ ബാൾഡിസ്ഥാനിലാണ് നംഗപർവതത്തിന്റെ സ്ഥാനം. ഇതിന്റെ ഉയരമാകട്ടെ 8126 മീറ്ററാണ്. (26060 അടി). ഇതിന്റെ പാർശ്വങ്ങൾ കുത്തനെയുള്ള ചെരിവുകളാകയാൽ മഞ്ഞിനു തങ്ങി നിൽക്കാൻ പ്രയാസമാണ്. അതുകൊണ്ട് നംഗപർവതം ഹിമാലയത്തിലെ ഹിമരഹിത പർവതമാണെന്നും പറയാം. ഈ കൊടുമുടിക്ക് മൂന്ന് പ്രതലങ്ങളാണുള്ളത്. രാഹികോട്ട്, ഡിയാമിർ, രൂപൽ എന്നിവയാണവ. ഇതൊരു ദുരന്തപർവതം കൂടിയാണ്. ദുരന്തങ്ങൾ ആവർത്തിക്കപ്പെടുന്ന ഈ പർവതം അത്യന്തം അപകടകാരിയാണ്. എന്നിട്ടും സാഹസികരായ പർവതാരോഹകർ നംഗപർവതത്തെ കയ്യൊഴിഞ്ഞില്ല. മഞ്ഞുവീഴ്ചയിലും കൊടുങ്കാറ്റിലുംപെട്ട് പല ആരോഹകരും മരണമടഞ്ഞു. 1953ൽ ജർമൻകാരും ആസ്ട്രിയക്കാരുമടങ്ങിയ ഒരു സംഘം 24500 അടി ഉയരത്തിൽ വരെ ചെന്നു. ഒടുവിൽ ഹെർമൻബുൾ, ഓട്ടോ കെംപ്‌ടർ എന്നിവർ തനിച്ചായി. എന്നാൽ സമയം ഇരുട്ടിയതോടെ കെംപ്‌ടർ മുന്നോട്ട് നീങ്ങാൻ തയാറായില്ല. പക്ഷേ ഹെർമൻ ബുൾ, തന്റെ ദൗത്യത്തിൽ നിന്നു പിന്മാറാതെ വീണ്ടും മുകളിലേക്കുകയറി. ആ പർവതശിഖരത്തിൽ, എല്ലാ പ്രതികൂല സാഹചര്യങ്ങളേയും അവഗണിച്ച് ഒരു രാത്രിമുഴുവനും ഒറ്റയ്ക്ക് ബുൾ കഴിച്ചുകൂട്ടി. 1953 ജൂലൈ 3 നായിരുന്നു ആസ്ട്രേലിയക്കാരനായ ബുള്ളിന്റെ ഈ ഏകാന്ത വിജയം.

നംഗപർവതം

അന്നപൂർണ

നേപ്പാളിലുള്ള അന്നപൂർണയ്ക്ക് ഉയരം 8091 മീറ്റർ. അതായത് 26545 അടി. ലോകത്തിലെ ഉയരം കൂടിയ കൊടുമുടികൾക്കിടയിൽ പത്താം സ്ഥാനമുള്ള ഗിരിശൃംഗമാണിത്. 8000 മീറ്ററുകൾക്കുമുകളിൽ ഉയരമുള്ള

അന്നപൂർണ

കൊടുമുടികളിൽ മനുഷ്യൻ ആദ്യം കീഴടക്കിയ പർവതവും അന്നപൂർണ യാണ്. അന്നപൂർണ പ്രശസ്തമാണ്. നേപ്പാളിന്റെ ഹൃദയഭൂമിയെ ഈ പർവതം അലങ്കരിക്കുന്നു. പടിഞ്ഞാറുനിന്ന് കിഴക്കോട്ട് നീണ്ടുനിവർന്ന് കിടക്കുന്ന ഈ ഗിരിനിരയിൽ വേറെയും ഉന്നതസ്ഥാനീയരായ മലമുടി കളുണ്ട്. ദക്ഷിണ അന്നപൂർണയ്ക്ക് 7219 മീറ്റർ ഉയരം, ഗാങ്ങിനു 7647 മീറ്ററാണ് ഉയരം. അന്നപൂർണ III ന്റെ ഉയരം 7555 മീറ്റർ. അന്നപൂർണ IV ന് 7525 മീറ്ററും അന്നപൂർണ II ന് 7937 മീറ്ററുമാണ് ഉയരം. ഹിമാല യത്തിലൂടെ ഒഴുകുന്ന കാളിഗണ്ഡകി നദി ഒഴുകുന്ന വലിയൊരു മലയി ടുക്കിന്റെ കിഴക്കുഭാഗത്താണ് അന്നപൂർണ കുടികൊള്ളുന്നത്. കാളിഗ ണ്ഡകി നദിയുടെ കിഴക്കു പടിഞ്ഞാറൻ തീരങ്ങൾ ഹിമാനികളാൽ സമൃ ദ്ധമാണ്. 1950 ജൂൺ 3 നാണ് മനുഷ്യൻ ആദ്യമായി അന്നപൂർണയുടെ നെറുകയിൽ കാലുകുത്തിയത്. എം. ഹെർസോഗ് എന്ന ധീരനായ ഫ്രഞ്ച് പർവതാരോഹകനാണ് ആ വിജയകിരീടം അണിഞ്ഞത്. അർലിൻ ബ്ലും എന്ന അമേരിക്കക്കാരിയാണ് അന്നപൂർണയെ കീഴടക്കിയ ആദ്യവനിത. മോഹം തീരാതെ അവർ മറ്റൊരു മൂവർ സംഘവുമായി വീണ്ടും അന്ന പൂർണയിലെത്തി. എന്നാൽ വിജയം പിന്നീട് അവരെ തുണച്ചില്ല. ആ മൂന്ന് സംഘാംഗങ്ങളും 1500 അടിയോളം അഗാധതയിലേക്ക് വീണ് മര ണംവരിച്ചു. 55 കിലോമീറ്റർ നീളത്തിലാണ് അന്നപൂർണ സ്ഥിതിചെയ്യു ന്നത്. ധവളഗിരി പർവതം കാളിഗണ്ഡകി നദിയുടെ മറുകരയിലാണ്.

21

ഹിമാലയത്തിലെ പാരിസ്ഥിതിക പ്രശ്നങ്ങൾ

പവിത്രവും പരമോന്നതവും മനോഹാരിതയുടെ കേദാരവുമായ ഹിമാലയം അതിന്റെ സർവനാശത്തെ പേടിസ്വപ്നം കാണുകയാണ്. ശാന്തിയുടെയും സമാധാനത്തിന്റെയും ഈ ഹിമസൈകത ഭൂമിക്ക് ഇനിയെത്രനാൾ ഇങ്ങനെ തുടരാനാകുമെന്ന് അറിയില്ല. മരണത്തിന്റെ മണിമുഴക്കം അടുത്തടുത്ത് വരികയാണ്. ഏഷ്യയുടെ ഈ അഭിമാനം ഇല്ലാതായാൽ പിന്നെ ഏഷ്യയുമില്ല. ഭൂമിയുടെ ഉപ്പെന്നു വിശേഷിപ്പിക്കാവുന്ന മനുഷ്യൻ തന്നെയാണിതിനു കാരണം എന്നു തിരിച്ചറിയുമ്പോൾ മനുഷ്യത്വമെന്ന പദത്തിന്റെ അർഥതലങ്ങൾ മാറിപ്പോകുന്നുവോ എന്നു സംശയിക്കേണ്ടി വരുന്നു. എങ്കിലും അശുഭാപ്തി വിശ്വാസി ആയിക്കൂടാ. പ്രത്യാശയുടെ ചില പ്രകാശഗോപുരങ്ങൾ അങ്ങിങ്ങായി നിന്ന് വെളിച്ചം പകരുന്നുണ്ട്.

പഠനങ്ങൾ തെളിയിക്കുന്നത് ഹിമാലയത്തിലെ ഹിമാനികൾ അതിവേഗം അപ്രത്യക്ഷമാകുന്നുവെന്നാണ്. ഭൂട്ടാനിൽ 66 ഹിമാലയൻ ഗ്ലേസിയേഴ്സുകൾ കഴിഞ്ഞ 30 വർഷത്തിനുള്ളിൽ 8.1 ശതമാനം വലുപ്പം കുറഞ്ഞിരിക്കുന്നു. ഇന്ത്യയിലെ ഛോട്ടാ ഷിഗ്രി ഹിമാനി 12 ശതമാനമാണ് 12 വർഷത്തിനുള്ളിൽ പിൻവലിഞ്ഞിട്ടുള്ളത്. 16 വർഷംകൊണ്ട് ഗംഗോത്രി ഹിമാനിയും 12 ശതമാനം ചുരുങ്ങിയിരിക്കുന്നു. ഏതാണ്ട് 2035 ആകുന്നതോടെ ഹിമാലയത്തിലെ എല്ലാ ഹിമാനികളും ദാരുണമായ അന്ത്യത്തിലെത്തിച്ചേരുമെന്നു ശാസ്ത്രജ്ഞർ വിലയിരുത്തുമ്പോൾ ഹിമാലയത്തെ നെഞ്ചേറ്റുന്ന നാമെവിടെ എത്തിനിൽക്കുന്നുവെന്നു മനസിലാക്കാവുന്നതാണ്.

ആരോഗ്യകരമായ പരിസ്ഥിതി സന്തുലിതാവസ്ഥയെക്കുറിച്ച് ചിന്തിക്കാനാകാത്ത മനുഷ്യന് പുതിയൊരു ലോകത്തെക്കുറിച്ചു സ്വപ്നം

സുന്ദർലാൽ ബഹുഗുണ

കാണാനാകില്ല. ഹിമാലയവും അതിന്റെ പ്രാന്തങ്ങളും നേരിടുന്ന വനനശീകരണം ഭീതിദമാണ്. കാലാവസ്ഥയിലും ഇത് അസാധാരണമായ വ്യതിയാനങ്ങൾ സൃഷ്ടിക്കുന്നു. പ്രകൃതിദത്തമായ ഭൂരിഭാഗം വനവും ഇവിടെ മനുഷ്യാർത്തിക്കിരയായിക്കഴിഞ്ഞു. കാടു നശിക്കുമ്പോൾ നശിക്കുന്നത് വലിയൊരു ആവാസവ്യവസ്ഥകൂടിയാണ്.

സുന്ദർലാൽബഹുഗുണ പറയുന്നു:

"കാടൊരു ജൈവ സമൂഹമാണ്. പരസ്പരാശ്രിതമായ ഒരു നിലനിൽപ്പാണത്."

പക്ഷേ നാം മറക്കുന്നു. ഓർമപ്പെടുത്തലുകളെ പരിഹസിക്കുന്നു.

മനുഷ്യനെത്തിച്ചേരാനാകാത്ത ഇടങ്ങളിൽ മാത്രമായി ഹിമാലയത്തിൽ കാടുകൾ ചുരുങ്ങുകയാണ്. സമ്പന്നമായ സ്പ്രൂസ്, ഫിർ, സൈപ്രസ്, ജൂനിപെർ തുടങ്ങിയ മരങ്ങൾ കാഴ്ചവട്ടത്തുനിന്നു മറയുന്നു. കടുവകൾ, മഞ്ഞുപുലികൾ, കണ്ടാമൃഗങ്ങൾ, മാനുകൾ, കാട്ടാടുകൾ, ചെന്നായ്ക്കൾ തുടങ്ങിയവയുടെ ആവാസഭൂമിയാണ് മനുഷ്യന്റെ ഇടപെടൽ കൊണ്ട് തകർന്നടിയുന്നത്.

അധികമൊന്നും മെച്ചമല്ലാത്ത സാമ്പത്തിക ചുറ്റുപാടുകളിൽ കഴിഞ്ഞു കൂടുന്ന ജനതയാണ് ഹിമാലയത്തിലുള്ളത്. അവർ അവരുടേതായ ജീവിതരീതികളും ആചാരങ്ങളും വിശ്വാസങ്ങളുമായി നഗരസംസ്കാരത്തിൽ നിന്ന് വേറിട്ട് ജീവിതം നയിക്കുന്നവരാണ്. അവിടേക്കെത്തപ്പെടുന്ന പച്ചപ്പരിഷ്കാരികൾ ആ ജിവിതങ്ങളെ ദുഷ്കരമാക്കുകയാണ്. നാൽപ്പത് ലക്ഷത്തോളമാണ് ഹിമാലയത്തിലെ കണക്കാക്കപ്പെട്ട ജനസംഖ്യ. കൃഷിയും ആടുമാടുമേയ്ക്കലും പർവതാരോഹകരെ സഹായിക്കലും ചുമടെടുപ്പും ഇത്തിരി കച്ചവടങ്ങളുമായി പുലരുന്നവരാണിവർ. ഇന്നിവരുടെ സാംസ്കാരിക പൈതൃകങ്ങൾ അട്ടിമറിക്കപ്പെടുകയാണ്. ആധുനികതയുടെ കടന്നുകയറ്റത്തിൽ പലരും അവരുടെ തൊഴിലുകളിൽനിന്ന് ബഹിഷ്കൃതരായി. ഫലമോ? സ്വതവേ ദുർബലമായ സമ്പദ്‌വ്യവസ്ഥ കൂപ്പുകുത്തി. ജനസംഖ്യയിലുണ്ടായ ഞെട്ടിപ്പിക്കുന്ന വളർച്ചയും ആഘാതത്തിന്റെ ആക്കം കൂട്ടി.ഇത് ഹിമാലയത്തിന്റെ നിലനിൽപ്പിനെ തന്നെയും ബാധിക്കുന്ന തരത്തിലായി.

വനനശീകരണവും കന്നുകാലികളെ മേയ്ക്കലും ഹിമാലയത്തിലെ മണ്ണൊലിപ്പിന്റെ ഗതിവേഗം വർധിപ്പിച്ചു. വിറകിനും റോഡു നിർമാണത്തിനും അണക്കെട്ടുകളുടെ നിർമാണത്തിനുമായി അരിഞ്ഞുവീഴ്ത്തപ്പെടുന്ന കാടുകൾക്ക് പരിധിയില്ല. ഇവിടെ ഭൂമി കുലുക്കവും ഉരുൾ

പൊട്ടലും സർവസാധാരണമാകുന്നു. അനിയന്ത്രിതമായ മനുഷ്യാധിനിവേശം എല്ലാം മലിനമാക്കുന്നു. ഒരിക്കൽ നിർമലമെന്നു വാഴ്ത്തപ്പെട്ട ഹിമാലയ നദികൾ പലതും മാലിന്യത്തിന്റെ വാഹകരായി. അനവധി നദികളുള്ള ഈ ഭൂമികയിൽ നാം ശുദ്ധജലമില്ലാതെ കുഴങ്ങുന്നു! പകർച്ച വ്യാധികൾ തീരാശാപമായി. ആരാണിവർക്ക് ഇവരുടെ നന്മ വിളഞ്ഞ നാളുകളെ തിരികെ കൊടുക്കാനുണ്ടാകുക?

ദാൽതടാകവും നൈനിത്താൽ തടാകവും പോലുള്ള ഒട്ടനവധി ജലസ്രോതസ്സുകൾ മലിനമാക്കപ്പെട്ടു. നഗരങ്ങളുടെ വികസനം മാത്രം സ്വപ്നം കാണുന്നവർ ഗ്രാമങ്ങളെ വിസ്മരിച്ചപ്പോൾ അണക്കെട്ടുകൾ ഉയർന്നുവരാൻ തുടങ്ങി.

ബഹുഗുണ പറയുന്നു:

“ഹിമാലയ നിരകളിൽവച്ചുതന്നെ ഒരു സ്വയംശുദ്ധീകരണ ക്ഷമത ഗംഗാനദിക്കുണ്ട്. ആ പ്രക്രിയയുടെ അന്ത്യം കുറിക്കലാണ് ഈ ഡാമുകൾ നിർവഹിക്കുന്നത്.”

ഭാരതത്തിന്റെയും പാകിസ്ഥാനിന്റെയും നേപ്പാളിന്റെയും ഭൂട്ടാനിന്റെയും ഹിമനദികളെക്കൊണ്ട് ദക്ഷിണേഷ്യയുടെ ഊർജപ്രതിസന്ധി പരിഹരിക്കാനൊരുങ്ങുകയാണ്. നൂറുകണക്കിന് വമ്പൻ അണക്കെട്ടുകൾക്കുള്ള പദ്ധതികളാണ് തയാറാക്കപ്പെട്ടിട്ടുള്ളത്. ഇത് ആയിരങ്ങളെ ഭൂരഹിതരും ഭവനരഹിതരുമാക്കും. ഗ്രാമങ്ങളെയും നഗരങ്ങളെയും ഹിമാലയത്തിലെ ആധ്യാത്മിക കേന്ദ്രങ്ങളെയും, എന്തിന് ലോകത്തിലെ ഏറ്റവും ഉന്നതമായ കാരകോറം പാതകളെത്തന്നെയും നാശോന്മുഖമാക്കും എന്നതിൽ അതിശയോക്തിക്കിടമില്ല.

വിനാശകരമായ ആഗോള താപനത്തിന്റെ ഗതിവേഗം ഹിമാലയത്തിലെ മഞ്ഞിനെയും ഹിമാനികളെയും അതിവേഗം ഉരുക്കുകയാണ്. ഇതാണ് ഹിമാലയം നേരിടുന്ന ഏറ്റവും വലിയ പ്രതിസന്ധി. ഇന്ത്യൻ മൗണ്ടനീയറിങ് ഫൗണ്ടേഷന്റെ അഭിപ്രായത്തിൽ അടിയന്തരമായ ഇടപെടലുകൾ നടത്തിയില്ലെങ്കിൽ സിന്ധു, സത്‌ലജ്, ഗംഗ, ബ്രഹ്മപുത്ര എന്നീ നദികൾ വരളാൻ അധികനാളുകൾ വേണ്ടെന്നാണ്. ഹരിതഗൃഹവാതകങ്ങളുടെ കൂടിയ അളവ്, വനനശീകരണം മൂലമുണ്ടാകുന്ന ഓക്സിജന്റെ കുറഞ്ഞ അളവ്, കാലാവസ്ഥാ വ്യതിയാനം എന്നിവ വെള്ളപ്പൊക്കത്തിനും വരൾച്ചയ്ക്കും ഒരുപോലെ കാരണമാകുന്നു. എവറസ്റ്റ് കൊടുമുടി ഉരുകുകയാണ്. കടലിലെ ജലനിരപ്പ് ഉയരുകയാണ്. ഉപ്പുവെള്ളം കടന്നു കയറുന്നു. ശുദ്ധജലം അപൂർവ വസ്തുവാകുന്നു. കൊടുങ്കാറ്റുകളും മലയിടിച്ചിലുമുണ്ടാകുന്നു.

അടുത്തയിടെ ലഡാക്കിലെ ലേയിൽ വെള്ളപ്പൊക്കത്തിലും മലയിടിച്ചിലിലും തകർന്നത് 20 ഗ്രാമങ്ങളാണ്. റോഡുകളും പാലങ്ങളും ബസ്സ്റ്റേഷനുകളും കടകളും റേഡിയോസ്റ്റേഷനും ടെലിഫോൺ എക്സ്ചേഞ്ചും കൊടുങ്കാറ്റിൽ തകർന്നടിഞ്ഞു. അനേകം പേർക്ക് ജീവഹാനി സംഭവിച്ചു. മഴകൊണ്ട് രണ്ടിഞ്ച് ജലം പോലും ലഭിക്കാത്ത പ്രദേശം മലവെള്ളത്തിനടിയിലായി.

എല്ലാമിനി നിയന്ത്രണ വിധേയമാക്കിയേ പറ്റൂ എന്ന് അനുഭവങ്ങളും അറിവുകളും പറഞ്ഞു തരുന്നു. കേൾക്കാൻ, അനുസരിക്കാൻ മനസുണ്ടാകുകയാണ് പ്രധാനം. നമ്മുടെ അത്യാർത്തിയെ ശമിപ്പിക്കാനുള്ളത് ഈ ഭൂമിയിലില്ലെന്ന് മഹാത്മജി കഴിഞ്ഞ നൂറ്റാണ്ടിൽത്തന്നെ നമ്മോട് പറഞ്ഞിട്ടുണ്ട്. ഗാന്ധിയൻ ആദർശങ്ങളിൽ അടിയുറച്ചു വിശ്വസിക്കുന്ന ആഴമേറിയ പ്രകൃതിസ്നേഹിയും പരിസ്ഥിതി പ്രവർത്തകനുമായ സുന്ദർലാൽ ബഹുഗുണയും അതു തന്നെയാണ് നമ്മെ ഓർമിപ്പിക്കുന്നത്.

ചിപ്കോ മൂവ്മന്റ്

ബഹുഗുണ ലോകപ്രശസ്ത പരിസ്ഥിതി പ്രസ്ഥാനമായ ചിപ്കോ ആന്ദോളൻ എന്ന സംഘടനയുടെ നേതൃനിര പ്രവർത്തകനാണ്. പരിസ്ഥിതി സംരക്ഷണമാണിതിന്റെ പ്രവർത്തന ലക്ഷ്യം. ഹിമാലയവനങ്ങളുടെ സംരക്ഷണത്തിന് ഊന്നൽ നൽകുന്ന ഈ പ്രസ്ഥാനം ടെഹ്‌രി പോലുള്ള അണക്കെട്ടുകൾക്കെതിരേ എടുത്ത നിലപാടുകൾ ശ്രദ്ധേയമാണ്. 1970 കളിലാണ് ചിപ്കോ പ്രസ്ഥാനം ഉടലെടുത്തത്. ചിപ്കോ എന്ന പദത്തിനർഥം ആലിംഗനം എന്നാണ്. മരങ്ങളേയാണ് ഇവർ ആലിംഗനം ചെയ്യുന്നത്. മഴുവിൽനിന്ന് മരങ്ങളെ രക്ഷിക്കാൻ മഴുവിനു മുമ്പിൽ അവയെ ആലിംഗനം ചെയ്തു നിൽക്കുക മാത്രമാണ് കരണീയമെന്ന് ഈ അഹിംസാപ്രവർത്തകർ ലോകത്തിനു കാണിച്ചു കൊടുക്കുന്നു. സർക്കാരുകളെയും ധനമോഹികളെയും ഉന്നത ബോധത്തിലേക്കെത്തിക്കുക എന്ന മഹദ് പ്രക്രിയയാണ് എളിയ ഈ പ്രവൃത്തിയിലൂടെ ഇവർ മുന്നോട്ടു വയ്ക്കുന്ന ആശയം. ഇവർ കൃത്രിമ വനവൽക്കരണത്തിനെതിരാണ്. കാരണം അത് വെറുമൊരു പ്ലാന്റേഷൻ നിർമാണം മാത്രമാണ്. ബൃഹത്തായ ഒരു ആവാസവ്യവസ്ഥയെ തുണയ്ക്കാൻ ഒരിക്കലുമതിനാകില്ല. അതുകൊണ്ട് വനങ്ങളെ നിലനിർത്തുക മാത്രമാണ് ഏക പോംവഴി.

സുന്ദർലാൽ ബഹുഗുണ പറയുന്നു:

“കാട് മരങ്ങൾമാത്രമല്ല. മരങ്ങൾ, ഓക്സിജൻ, മണ്ണ്, ജലം എന്നിവ കൂടിയാണ്. സമ്പദ്‌വ്യവസ്ഥയും പരിസ്ഥിതിയും രണ്ടെന്നു ധരിച്ചവർക്ക് തെറ്റു പറ്റിയിരിക്കുന്നു. പരിസ്ഥിതി തന്നെയാണ് യഥാർഥത്തിൽ ശാശ്വതമായ സമ്പദ്‌വ്യവസ്ഥ.”

ഭാഗം 2

ഹിമാലയം കാവ്യഭാവനയിൽ

അസ്ത്യുത്തരസ്യാം

കാളിദാസൻ

അസ്ത്യുത്തരസ്യാം ദിശി ദേവതാത്മാ
ഹിമാലയോ നാമ നഗാധിരാജഃ
പൂർവ്വാപരൗ വാരിനിധീവഗാഹ്യ
സ്ഥിതഃപൃഥിവ്യാ ഇവമാനദണ്ഡഃ

യം സർവ്വ ശൈലിഃ പരികല്പ്യവത്സം
മേരു സ്ഥിതേ ദോഗ്ധരി ദോഹദക്ഷേ
ഭാസന്തി രത്നാനി മഹൗഷധീശ്ച
പൃഥുപദിഷ്ടാം ദുദുഹുർധരിത്രിം.

അനന്ത രത്ന പ്രഭവസ്യയസ്യ
ഹിമം ന സൗഭാഗ്യവിലോപി ജാതം;
ഏകോ ഹി ദോഷോ ഗുണസന്നിപാതേ
നിമജ്ജതിന്ദോഃ കിരണേഷ്യവാങ്കഃ

യശ്ചാപ്സരോവിഭ്രമമണ്ഡനാനം
സമ്പാദയിത്രിം ശിഖരൈർ ബിഭർത്തി
വലാഹകച്ഛേദവി ഭക്തരാഗാ
മകാലാസന്ധ്യമിവ ധാതുമത്താം.

ആമേഖലം സഞ്ചരതാം ഘനാനം
ഛായാമധ:സാനുഗതാ നിഷേവ്യ
ഉദ്വേജിതാ വൃഷ്ടിഭിരാശ്രയന്തേ
ശൃംഗാണി യസ്യാതപവന്തി സിദ്ധ:

പദം തുഷാരസ്രുതിധൗതരക്തം
യസ്മിന്ന ദൃഷ്ട്വാപി ഹതദ്വിപാനാം
വിദന്തിമാർഗ്ഗം നഖരന്ധ്രമുക്തൈർ
മുക്താഫലൈ: കേസരിണാം കിരാതാ:

ന്യസ്താക്ഷരാ ധാതുരസേനയത്ര
ദുർജ്ജത്വച: കുഞ്ജരബിന്ദുശോണാ:
വ്രജന്തി വിദ്യാധരസുന്ദരീണാ-
മനംഗലേഖക്രിയയോപയോഗം.

ദേവാനുഭാവധരൻ

എ ആർ രാജരാജവർമ്മ

ദേവാനുഭാവധര,നുത്തരദിക്കിലുണ്ടു
മേവുന്നു മാമല ഹിമാലയ നാമധേയൻ
ആഴിക്കു രണ്ടിനുമിടയ്ക്ക് കിടക്കയാലി-
യൂഴിക്കരയ്ക്കളവ ചങ്ങലയെന്നപോലെ.

കുന്നായ് ചമച്ചിവനെയപ്പൃഥു ചക്രവർത്തി
ചൊന്നിട്ടു ഗോവടിവിൽ നിന്നൊരു ഭൂവിൽനിന്നും
നന്നായ് കറന്നിടുവതിന്നു സുമേരു നില്ക്കേ,
രത്നം മരുന്നുകളുമാർത്തിതു പർവ്വതങ്ങൾ.

മഞ്ജുത്വമാർന്ന മണിരാശി പെറും മലയ്ക്കു
മഞ്ഞിന്റെ ബാധയഴകിന്നൊരു ഹാനിയല്ല:
മുങ്ങുന്നു പോൽ ഗുണഗണത്തിലൊരറ്റ ദോഷ
മങ്കം ശശാങ്കകിരണങ്ങളിലെന്ന പോലെ.

വിണ്മങ്കമാർക്കു കളിവേഷവിധിക്കൊരുക്കം
നല്കുന്ന നല്ല മനയോല നിലങ്ങൾ തോറും
രാഗം കലർന്ന മുകിൽ മാലകളാലകാല-
സന്ധ്യാ വിലാസമിവിടത്തിലുദിച്ചിടുന്നു.

കൊന്നോരു കുംഭിയുടെ കുംഭതടാസ്രബിന്ദു
കോലുന്ന കാലടികൾ മഞ്ഞിൽ മറഞ്ഞപോതും
കാട്ടാളരിങ്ങു നഖരന്ധ്രനിരസ്തമായ
നന്മുത്തു നോക്കിയറിയുന്നു മൃഗേന്ദ്രമാർഗ്ഗം.

മേൽസാനുവോളമുയരും മുകിൽമാലകൊണ്ടു
മേൽക്കോട്ടി ചാർത്തുമടിവാരമതിൽ കളിച്ച്,
മെല്ലെന്നു മാരി ചൊരിയും പൊഴുതിങ്ങു സിദ്ധർ
മേവുന്നുപോൽ വെയിൽ കലർന്ന മുടിപ്പരപ്പിൽ.

കൊമ്പന്റെ നൽപതസരിക്കെതിരാം നിറത്തിൽ
ജൃംഭിച്ചു ഭൂർജ്ജതരു ചീവരകായിതത്തിൽ
മഞ്ഞിൽ കുഴച്ച മനയോലമഷിക്കുഴമ്പാൽ,
സ്വർന്നാരിമാരെഴുതുവോരിഹ കാമലേഖം

എവറസ്റ്റ്

ജി ശങ്കരക്കുറുപ്പ്

നിശ്ചലം നീണ്ടു നിവർന്നുനിന്നൂ ദൃഢ
നിശ്ചയനായൊരെവറസ്റ്റു പിന്നെയും
ഉന്നതമാമെൻ മുടിയിൽ ചവിട്ടുവി-
നി, നരന്നാഗ്രഹ മെന്ന ഭാവത്തിലോ
പുഞ്ചിരി തൂകിയിരുന്നു നിജമുഖ-
ത്തഞ്ചിതമായി സ്ഫുരിക്കും ഹിമത്തിനാൽ
തൂമഞ്ഞു തുള്ളി നിറയെത്തിളങ്ങുന്ന
കോമളത്താമരപ്പച്ചില പോലവേ
ആരുടെ ജിജ്ഞാസതൻ കൈയിൽ മിന്നുന്നു
ചാരുതാരാകുല, മാകുമപാരത,
ആരുടെ സിദ്ധിയൊളിച്ചു കളിക്കുന്നു
വാരുണമന്ദിരത്തിങ്കലശങ്കിതം,
ആരുടെയിച്ഛ വിളിക്കും വിളിപ്പുറ-
ത്താരാലണപ്പു ജഗത്തിന്റെ ശക്തികൾ,
ആരുടെ സാഹസികത്വമുടുക്കവേ
ഭീരുവായ് മാറിക്കൊടുക്കുന്നു മൃത്യുവും,
ആരു വിധിതൻ കുടുംകെട്ടറുക്കുന്നു
പൗരുഷത്തിന്റെ മടങ്ങാത്ത വാളിനാൽ,
ആരസാദ്ധ്യത്തിന്റെ സാമ്രാജ്യ വിസ്തൃതി
തീരെച്ചുരുക്കുമദാന്തപരാക്രമൻ,
നീ കുനിച്ചാലും ശിരസ്സാ, ജ്ജഗജ്ജയി-
യാകും മനുഷ്യന്റെ മുൻപിലചലമേ!
സമ്പന്നകൗതുകം ദിക്കുകൾ നിൽക്കവേ

തൻ പട്ടുറുമാൽ വിടർത്തിവീശി പകൽ.
മന്ദമൊഴുകിടും വെൺമുകിൽ മാലമേൽ
സുന്ദര സ്വപ്നത്തിൽ മുങ്ങി നഗ്നാംഗരായ്
സ്വൈരം സുഖിക്കുന്ന കിന്നര ദമ്പതി-
മാരതി സംഭ്രമുന്മുഖം നോക്കവേ,
മാനുഷാസാഹസം വയ്ക്കയായിപദം
സാനുവിൽ ഗൗരമാം ഗൗരവത്തിന്റെ മേൽ!
ആ മലതന്മേലമർന്നുറങ്ങിടുമാ-
വ്യോമപതംഗ നിജ സ്വൈരജീവിതം
ഭഞ്ജനം ചെയ്യുന്നതാരെന്നു നോക്കുവാ-
നഞ്ജന വർണ്ണ ചിറകും വിരിച്ചുടൻ
ഒന്നുയർന്നിടുന്നതാ പ്രിയ സാഹസ-
രുന്നമ്ര കൗതുകം കണ്ടുകണ്ടങ്ങനെ
പിന്നെയും പിന്നെയും മേലോട്ടു മേലോട്ടു
തന്നെ നടന്നാര-ചഞ്ചലമാനസം!
ആ യുവവീരർ നിൻ നിത്യരഹസ്യമാ-
രായുവാൻ വന്നതിന്നെന്തു ചെയ്തു ഭവാൻ?
ചൊല്ലുമോ മർത്ത്യന്റെ ധീരജിജ്ഞാസയെ
വെല്ലുവിളിക്കും മഹോദ്ധതശൃംഗമേ!

ഹിമാലയം

വൈലോപ്പിള്ളി ശ്രീധരമേനോൻ

മാനസസരോവര -
വാരിയിൽ സ്നാനംചെയ്യും
വാനവപ്പരിഷയ്ക്കു
വിണ്ണിൽ നിന്നിറങ്ങുവാൻ
വിശ്വകർമ്മാവാം ശില്പി
വെൺകുളിർക്കല്ലാൽ തീർത്ത
വിശ്വമോഹനഘട്ടം
ജയിപ്പൂ ഹിമാചലം!
പ്രാഭവത്തോടീക്കുന്നിൽ
പാടുന്നു കളിക്കുന്നൂ,
ശ്രീഭഗീരഥദത്ത -
നന്ദിനി, മന്ദാകിനി.
നാലു ഭാഗത്തും നിന്നൂ,
തീർത്ഥയാത്രക്കാർ പോലെ,
നാൾതോറുമെത്തും നാനാ -
നീരദ സംഘാതങ്ങൾ
ഈ മഹാചല ക്ഷേത്ര -
ഗോപുരങ്ങളിൽ ഭക്തി -
പ്രേമബാഷ്പത്തെത്തൂകി -
സ്സായൂജ്യമടയുന്നു.

നിർജ്ജിത സ്വർല്ലോകമാ -
മുജ്ജയിനിയിൽ ചിത്ര -

നിഷ്കുട നികുഞ്ജത്തിൽ
പാർക്കുവാൻ കൊതിയെന്ന്യേ
കേളിയാടിനാൾ പണ്ടീ-
ഗ്ഗിരിയിൽ ചിരകാലം
കാളിദാസോല്ലാളിത —
കവിതാ കളകണ്ഠി.
ഇന്നുമി ശ്വേതാദ്രിയാൽ
തൂവെള്ളി കെട്ടപ്പെട്ടോ -
രിന്ദ്രനീലക്കല്ലൊളി -
ത്തെളി പൊയ്കകൾക്കുള്ളിൽ
വിഹരിക്കുന്നു ഹരി -
ചന്ദനപ്പൂ ചൂടുന്ന
ചികുരം വിടുർത്തിട്ടു
കിന്നര നാരിസംഘം.
വീണയിൽ പാടിപ്പാഴി -
ലവരെവിളിക്കുന്നു
വാനവപ്പുഴവക്ക -
ത്തമരുമമരന്മാർ.
ഈ മഹാശൈലത്തിന്റെ
താഴ്വരയിങ്കൽ കാണാം,
കോമളാലാപം ചെയ്യും
മാലിനിയാറ്റിൻ വക്കിൽ
ഓമനപ്പെണ്മാനിനു
പൂന്തണ്ണീർ കൊടുത്തൊരു
താമരയിലയിൻമേൽ
തോഴിമാർ നോക്കികാൺകെ,
പ്രേമഭാജനമാകും
ദുഷ്ഷന്ത രാജാവിനു
കാമലേഖനം തീർക്കും
കണ്വനന്ദിനിയാളെ,

വേറൊരു ദിക്കിൽ കാണാം,
വാസന്ത മഹോത്സവ-
തോരണം നിറയുന്ന
കാനനങ്ങളിൽക്കൂടി,
പൊന്നുകാൽചിലമ്പൊലി
മാറ്റൊലികൊള്ളുംവണ്ണം,
കന്യകാരൂപം പൂണ്ട
കളസംഗീതം പോലെ,

നടരാജന്റെ ചിത്തം
നടനം ചെയ്യിക്കുവാൻ
നടകൊണ്ടീടുമന്ന–
നടനയാം ഭവാനിയെ

ഈ മലയാകും വെള്ള –
ത്താമരത്താരിന്നൊരു
ഹേമകർണ്ണിക പോലു –
ള്ളളകാപുരിയിങ്കൽ
ഭർത്തൃ വിപ്രയാഗത്താൽ
കണ്ണുനീർ കുടിക്കുന്നോ
രുത്തമ യക്ഷസ്ത്രീത –
ന്നുൾത്താപം കെടുത്തുവാൻ
മംഗളദൗത്യം ചൊല്ലി –
ച്ചെല്ലുന്നു വരിവണ്ടിൻ
മഞ്ജുളവർണ്ണം കോലു –
മൊരു വാർമണിക്കൊണ്ടൽ!

ഭൗതികശാസ്ത്രം വീണ്ടും
വീണ്ടുമീയചലത്തിൻ
ധൗതമാം ശിരസ്സിങ്കൽ
കാൽവയ്ക്കാൻ കുതിക്കവേ,
ഈ നഗപ്പെരുമാൾതൻ –
മടിയിൽ ക്രീഡിക്കുന്നു
മാമകപ്രിയഭൂവിൻ –
കവിതാകലാദേവി,
അവൾതൻ മനോഹര –
ഗാനത്തിലുയരുമ്പോ
ളെവറസ്റ്റിലും മീതെ –
യെത്തുന്നു, സത്യം, ഞങ്ങൾ.
ജയിപ്പൂ തുഹിനാദ്രി, ഭാരതാഭിമാനാദ്രി,
ജയിപ്പൂ രസദാത്രി, ഭാരതസാഹിത്യശ്രീ!

നല്ല ഹൈമവതഭൂവിൽ

വയലാർ രാമവർമ്മ

നിശ്ചലം നിത്യതപസ്സമാധിസ്ഥനായ്
നില്ക്കും ഹിമവാൻ, ഗിരിവംശപൂർവ്വികൻ,
അമ്പിളിക്കുത്തു വിളക്കുമായ് ശ്രദ്ധിച്ചു
തൻമുടിക്കെട്ടിൽച്ചവിട്ടും മനുഷ്യനെ!
നാലഞ്ചുതാരകൾ തങ്ങിനിന്നുമിഴി-
പ്പീലിയിൽ ഹർഷാശ്രുബിന്ദുക്കൾ മാതിരി!
വൃദ്ധശിരസ്സിൽപ്പദനഖപ്പുള്ളികൾ
കുത്തി നിവർന്നൊരാക്കൊച്ചുസഞ്ചാരിയെ
ശുക്രൻ മുഖം പൊക്കി നോക്കി; ഞൊറിഞ്ഞുപോയ്
ചക്രവാളത്തിന്റെ ജാലകശീലകൾ
ആരീ മനുഷ്യ! - നൊരിത്തിരിക്കൂണുപോൽ
കേറിനില്ക്കുന്നു പ്രപഞ്ചമേൽക്കൂരയിൽ!
കോടിശ്ശതാബ്ദങ്ങൾ മഞ്ഞുവാരിക്കളി -
ച്ചോടിനടന്നു വളർന്ന പാർശ്വങ്ങളിൽ,
പണ്ടുയുഗങ്ങളെ നിർമ്മിച്ചുയർത്തുവാൻ
ഇന്ത്യ പശമണ്ണെടുത്ത പാർശ്വങ്ങളിൽ,
പുഷ്പ വിമാനത്തിലീശ്വരൻമാർ വന്നു
തല്പമൊരുക്കുന്ന പുണ്യസ്ഥലങ്ങളിൽ,
മായാത്ത കാൽമുദ്രകുത്തി, -ഹിമാദ്രിതൻ-
മാറിൽ - പ്രപഞ്ചമവന്റെ കാൽച്ചോട്ടിലായ്!
നിന്നു കൈനീട്ടിയാലെത്തുന്നിടത്തായി,
മണ്ണിൽ നിൽക്കുന്ന മനുഷ്യന്നു വിണ്ടലം
ഒന്നു ഞടുങ്ങി മറഞ്ഞുപോയ് താരകൾ

വിണ്ണിലൊളിച്ചുനടന്നു ചന്ദ്രക്കല!
തൻകുതിരപ്പുറത്തുദ്ധതനായ് വന്നു
തങ്കപ്പിടിവാൾ ചുഴറ്റി ദിനേശ്വരൻ,
ധൂമിലദിങ്മുഖ ദേവാലയാങ്കണ -
പ്പൂമുഖത്തെത്തി യഹോവ, വിഷണ്ണനായ്,
പശ്ചാത്തപിച്ചു, പറുദീസയിൽനിന്നു
തച്ചിറക്കേണ്ടായിരുന്നു മനുഷ്യനെ !
സഞ്ജനിതാത്ഭുത സംഭ്രമോദ്വേഗരായ്
തങ്ങളിൽത്തങ്ങളിൽ ജല്പിച്ചു ദേവകൾ:
"പണ്ടൊരിന്ത്യക്കാരനാകാശ ഗംഗയെ -
ക്കൊണ്ടുപോയ് മണ്ണിലൊഴുക്കി ഭഗീരഥൻ,
നാളെയവന്റെപിൻഗാമികളിസ്സുര -
ഗോളലക്ഷങ്ങളെയമ്മാനമാടിടും........"
മാനുഷ്യകത്തെ നിയന്ത്രിച്ച വിണ്ണിന്റെ
മായുരപിഞ്ഛിക കാറ്റിൽപ്പറന്നുപോയ്!
നിശ്ചലം നിത്യപസ്സമാധിസ്ഥനായ്
നില്ക്കും ഹിമവാൻ തുറന്നു കൺപീലികൾ!
തന്റെ തോളത്തു ചവിട്ടും മനുഷ്യനെ
രണ്ടുകൈ നീട്ടി പുണർന്നു പിതാമഹൻ!
ചൊല്ലി ഹിമവാൻ: അശോകന്റെ നാട്ടിലെ
വെന്നിക്കൊടിക്കൂറ കണ്ടുകൊള്ളട്ടെ ഞാൻ.
ചങ്ങലപ്പാടും പടവാൾത്തഴമ്പുമീ
നിൻകൈയിലില്ലേ, വിടരുന്ന പൂക്കളും?
ആളിജ്വലിച്ചു തിളച്ചുരുകും സൂര്യ-
ഗോളത്തിൽനിന്നുമടർന്ന തീത്തുള്ളിയായ്,
ദൂരേത്തെറിച്ചുവീണി പ്രപഞ്ചം തണു-
ത്താറി മറ്റൊന്നായി മാറിയ നാൾമുതൽ,
ഉണ്ടെനിക്കോർമ്മ,യുഗസഹസ്രങ്ങളിൽ-
ക്കണ്ടതാണെത്ര പരിണാമ ലീലകൾ!
എൻമെയ് വിയർപ്പുപ്പുനീരിക്കടലുകൾ
എൻ കണ്ണുനീരീ മഹാനദശ്രേണികൾ!
ഇന്നലത്തെപ്പോലെ ഞാനോർപ്പു ഗംഗയും
സിന്ധുവും യാങ്ട്സിയുമുണ്ടായ നാളുകൾ!
ആദിയിലാ നദിവെൺപുളിനങ്ങളി -
ലാണു കുരുത്തതീ മാനവസംസ്കൃതി!
ഇപ്രപഞ്ചത്തിന്റെ ഭൗതികാധ്യാത്മിക -
ശില്പമുരുത്തിരിഞ്ഞെത്തിയ നാൾകളിൽ.
എന്മടിത്തട്ടിലെ പർണ്ണാശ്രമങ്ങളിൽ
ജന്മമെടുത്തു കലാശാസ്ത്ര വേദികൾ!

ഇന്ത്യ നിമിഷങ്ങളിലൂടെ വിശ്വൈക -
വന്ദ്യയായ്, കർമ്മധർമ്മാർത്ഥ സമ്പന്നയായ്!
കണ്ടു ഞാനന്നൊരുസന്ധ്യയിൽ, കാറ്റുപായ് -
ത്തണ്ടുലഞ്ഞെത്തിയ കപ്പലൊന്നാഴിയിൽ;
എത്രപെട്ടെന്നാണതിൽ നിന്നിറങ്ങിയ
ശക്തികൾ വെട്ടിപ്പിടിച്ചതിനാടിനെ!
പണ്ടു യുഗങ്ങൾക്കു രൂപം കൊടുത്തവർ
തെണ്ടിയലഞ്ഞതു കണ്ടു ഞാനിന്ത്യയിൽ;
ധർമ്മശാസ്ത്രങ്ങൾ ജയശംഖമൂതിയ
കർമ്മഭൂവിന്റെ ഹൃദയശബ്ദങ്ങളിൽ
പിന്നെക്കിലുങ്ങിയ, താരേ തളച്ചിട്ട
ചങ്ങലക്കെട്ടിൽ കിലുക്കമൊണിത്രനാൾ!
പത്തുപതിറ്റാണ്ടുകളായി നിങ്ങൾതൻ–
മുക്തിസമര കഥകളോർക്കുന്നു ഞാൻ
സത്യധർമ്മങ്ങളെ വീണ്ടെടുക്കാനെത്ര–
യെത്ര ജന്മങ്ങൾ ക്കൊഴിഞ്ഞുപോയിന്ത്യയിൽ
കാത്തിരുന്നു ചിരം വത്സ, ജയക്കൊടി
നിർത്തി നീ കേറിവരുന്നതും നോക്കിഞാൻ.
മക്കളേ, നാളെ പ്രപഞ്ചം വിടർത്തുന്ന
സർഗ്ഗ ചൈതന്യമായ്ത്തീരട്ടെ ഭാരതം,
മുത്തച്ഛനീക്കൊടിപ്പൂ ചൂടിനിന്നൊന്നു
ശ്രദ്ധിച്ചു കൊള്ളട്ടെ ലോകാന്തരങ്ങളെ!

www.ingramcontent.com/pod-product-compliance
Lightning Source LLC
LaVergne TN
LVHW041108150826
845673LV00007B/1967

* 9 7 8 9 3 8 3 9 0 3 0 4 7 *